# Dòng Đời

Hoàng Vinh

# Dòng Đời

Người Việt Books, 2015

**DÒNG ĐỜI**
Hoàng Vinh
Người Việt Books xuất bản lần thứ nhất tại Hoa Kỳ, 2015

Bìa và trình bày: Uyên Nguyên

Liên lạc tác giả: hvdongdoi@gmail.com

# Mục Lục

# Lời phi lộ

Mùa hè 2006, tất cả anh em con cháu trở về mái nhà xưa, bên cạnh bãi biển Nha Trang hiền hoà, để mừng sinh nhật Má thượng thọ bát tuần. Một hôm anh em con cháu tề tựu đông đủ ở nhà Bà, ăn cơm, vui đùa, các cháu đang coi hình ảnh cũ Ông Bà Nội năm xưa, bỗng nhiên một cháu lớn hỏi tôi:

- Chú Bảy ơi, sao nhà mình sống rải rác khắp nơi trên thế giới vậy chú, nhà bà Nội đâu có nghèo, sống bên cạnh bờ biển sướng chết được!

Mình chưa kịp trả lời, mấy cháu lại bồi thêm:

- Bác Hai thì ở New York nè, bác Ba ở Sydney, cô Út ở Cali, các chú ở Âu Châu...

- Bà Nội và cô 8 còn lại Nha Trang...

- Ông Nội mình sao mất sớm, nhìn hình Ông trẻ và đẹp quá.

- Còn Cô Năm nữa chú...

Ngồi trên chuyến bay về lại Bruxelles, tôi chợt nhớ đến tập nhật ký viết từ đầu thập niên 80. Ghi vắn tắt về chuyện vượt biên, về nếp sống gia đình, về Ba, về Ngoại, về Chị và những hình ảnh tuổi thơ, chiến tranh di tản...

Tôi viết những gì mắt thấy, tai nghe, những câu chuyện bất hạnh, hạnh phúc xảy ra trong gia đình, những kỷ niệm tuổi học trò. Viết xong, vất vào hộc tủ để đó, và nó đã đi vào quên lãng vì công ăn việc làm, vì chuyện áo cơm hàng ngày.

Thế là tôi có dịp lấy ra, hì hục đánh máy và bổ túc thêm chi tiết. Hoàn thành được phần nào, là gởi cho anh em con cháu trong gia đình đọc để hiểu và biết được một phần tại sao gia đình mình lưu lạc khắp bốn phương trời. Tôi chỉ phổ biến trong phạm vi gia đình thôi. Nhưng với thời đại thông tin internet, chỉ cần một hai cái bấm chuột là bài viết của mình được gởi đi vô tận trong không gian ảo và đôi khi mình lại nhận lại bài của mình.

Tôi nhận được email của các độc giả chưa quen, viết rằng:

- Your story, that is our story. Chuyện của anh, là chuyện của chúng tôi. Tôi nghĩ, người ta sẽ tìm được một hình ảnh nào đó của họ trong hồi ký Anh. Nếu được, anh phổ biến rộng rãi cho mọi người cùng đọc.

Trong một lúc ngẫu hứng, tôi đưa cho một bậc trưởng lão trong nhóm chơi bonsai, cây kiểng đọc chơi, không ngờ các vị truyền tay đọc. Mấy ông bạn "già" ủng hộ, khuyến khích tôi nên in thành sách phổ biến cho mọi người đọc. Có vị sốt sắng sửa lỗi chánh tả, có vị lo trang trí, có vị lo vẽ bìa...

Có anh bạn già lại nói:

- Chuyện "chú" sẽ giúp cho các cháu, thế hệ đi sau, hiểu được những gì xảy ra trong thời loạn, thấy được sự hy sinh các bậc cha mẹ đi trước. Nếu không xuất bản thì phí quá.

Nhưng tôi vẫn ngần ngại không muốn ra mắt cho mọi người cùng đọc. Thứ nhất là không muốn phơi bày chuyện nhà mình cho thiên hạ đọc, mình nghĩ cho cùng, ba cái chuyện vớ vẩn của gia đình có chi hay mà đi trình làng. Thứ hai, khả năng viết văn của mình thuộc loại văn con cóc, chỉ để gia đình đọc cho vui, chớ có ai rảnh thì giờ đọc ba cái bài vớ vẩn của mình.

Cuối cùng nhờ sự cổ vũ của thân hữu xa gần, Tôi mới dám lấy quyết định ra mắt tập truyện hồi ký tựa đề "Dòng Đời" này.

Hy vọng Dòng Đời sẽ đưa quý vị trở lại dĩ vãng một thời xa xưa nào đó.

Xin chân thành cảm ơn các trưởng lão, các bạn gần xa đã khích lệ, ủng hộ, động viên tinh thần. Nếu không có quý vị, thì quyển sách sẽ không được hoàn hảo và không ra đời.

Kinh dâng lên Ngoại, Ba, Chị và những người vượt biên không may mắn đến được bến bờ tự do.

Kinh dâng lên Mẹ, Dì và những bà Mẹ đã hết lòng hy sinh cho con cháu được ấm no hạnh phúc.

Bây giờ mời quý vị cùng Tôi nhập vào đầu nguồn dòng sông Bến Hải.

*Cầu Hiền Lương và sông Bến Hải*
*nỗi đau hiệp định chia đôi đất nước 1954.*

# Chương 1:
# Đầu nguồn Bến Hải

Quê Nội tôi gốc Quảng Trị, một tỉnh cực Bắc Trung phần, nơi con sông Bến Hải chảy từ Trường Sơn ra đến cửa Tùng. Sông Bến Hải chảy dọc theo vĩ tuyến 17, nên được coi là ranh giới thiên nhiên, một thời chia cắt hai miền Nam Bắc. Phía Nam dòng sông Bến Hải có các huyện, Gio Linh, Hải Lăng, Triệu Phong, Cam Lộ...

Cha tôi sinh ra tại làng Lưỡng Kim, huyện Triệu Phong trong một gia đình Nho giáo. Nghe Người kể, ông cố ba đời làm quan lớn trong triều nhà Nguyễn.

Như mọi thanh niên lớn lên trong thời kỳ Pháp thuộc, Ba cũng như là các bác tôi, đi làm cách mạng, tham gia phong trào Việt Minh kháng chiến chống thực dân Pháp.

Dưới sự đàn áp khốc liệt của bộ máy cai trị, lần lượt các bác tôi hy sinh làm những viên gạch lót đường cho sự nghiệp chống xâm lăng giành lại chủ quyền cho tổ quốc. Ba bị thực dân Pháp bắt và bỏ tù vào năm 1947, chuyển vào trong Nam, giam giữ tại Khám Lớn Chí Hoà. Trong trại giam, sau song cửa sắt, nghe tin Bà Nội khuất núi, lòng ba đau như cắt. Ba đã khóc:

*Vì hận sầu, hỡi non nước mênh mông*
*Ngoài muôn dặm, Mẹ lìa đời vĩnh quyết*
*Nghe tin Mẹ, lòng con đau như xiết*
*Muốn kêu lên, nhưng bỗng nghẹn lời than*

*...*

**(trích Khóc Mẹ, thơ Thanh Vân, khám lớn Chí Hoà 1948)**

Đầu năm 1950, Ba bị chuyển về nhà lao Nha Trang và được ra tù vào mùa thu năm đó.

Ngoài quê, Ông Bà Nội đã quy tiên, anh em cũng tứ tán bốn phương trời; Thêm nữa, Quảng Trị là vùng đồng khô cỏ cháy, đất cày lên sỏi đá, đời sống khó khăn; Ba quyết định ở lại Nha Trang lập nghiệp.

Đất lành chim đậu. Ba nhắn tin về quê cho em, ít lâu sau O Chín bỏ quê vào Nha Trang sinh sống với Ba.

Tại Nha Trang, cha tôi đi dạy học ở trường tư thục Bồ Đề, bên cạnh chùa Hội, bây giờ gọi là chùa Long Sơn, dân nơi xa đến gọi là chùa Phật trắng. Trên con đường Phật học, Ba có cơ duyên gặp được các Trưởng Lão Hòa Thượng mà chúng tôi hay gọi là các Ôn với đầy niềm tôn kính, như là Ôn Trí Thủ, Ôn Thiện Minh và Ôn Chí Tín, tất cả các Ôn đều là người Quảng Trị, lại là người cùng huyện nên tình thầy trò rất thắm thiết.

Ở chùa Long Sơn Nha Trang, chúng tôi gọi Ôn Chí Tín với cái tên thân thương là Ôn Trụ Trì, mỗi khi về thăm nhà tôi đều lên chùa thăm Ôn.

Ôn hay ngồi trên chiếc xích đu bằng sắt đã cũ đặt trước cửa phòng, lúc nào cũng mặc bộ đồ màu vàng sậm, cũ kỹ úa màu, đầu lúc nào cũng đội mũ len nâu. Đôi mắt Ôn thật sáng với cặp lông mày rất dài đã bạc trắng. Trông Ôn như là một vị tiên ông giáng trần. Khách thập phương khó mà nhận ra được đó là Ôn Trụ Trì một ngôi chùa lớn nhất Nha Trang, Khánh Hòa vì cái bề ngoài quá giản dị và bình thường của Ôn.

Lần nào cũng vậy, mỗi khi lại gần bên Ôn đảnh lễ, Ôn cũng hiền từ nói:

- Ngồi xuống, các con về khi nào?

Liền tay, Ôn hay tặng chúng tôi sâu chuỗi và kinh phật. Anh Sáu được cơ duyên Ôn cởi sâu chuỗi trên tay trao cho. Anh Sáu quý nó như một báu vật được Bồ Tát trao tặng.

Ôn hay kể lại chuyện xưa; Sau một hai câu chuyện Ôn lại khóc khi nhắc đến Ba và Ôn Thiện Minh. Ôn kể chuyện Ba ở tù chung với các Ôn. Ngày đó, các Ôn và Ba còn rất trẻ, ấp ủ đầy lý tưởng, sẵn sàng hy sinh vì lòng yêu nước, thương đồng bào; Tự hào dân tộc, thanh niên ai cũng muốn lấp biển vá trời. Các Ôn tham gia Ủy Ban Phật giáo cứu quốc tại Quảng Trị nên bị bắt giam, Ba tham gia phong trào kháng chiến chống thực dân Pháp nên cũng bị bắt, duyên trời xui khiến nên Các Ôn và Ba cùng ở chung trại tù, các "thanh niên" trẻ này nhận ra người cùng quê, lại cùng chung một chí hướng tranh đấu cho một Việt Nam Độc Lập, nên Ba và các Ôn đã kết nghĩa thầy trò.

Lúc ở tù, Ba chỉ có 2 cái quần xà- lỏn để thay đổi. Ôn vô tù sau, Ôn không có quần để thay, chỉ có đúng 1 cái quần xà-lỏn dính thân mà thôi, Ba đã lấy bớt một cái quần đem cúng dường cho Ôn Chí Tín, nhưng Ôn lại bàn: hai người xài chung cái quần thứ ba, người nào xài, thì người kia phải nghỉ, đợi quần kia khô, nhưng Ba lại không chịu, vì Ôn là người xuất gia, Ba nguyện cúng dường cho chư Tăng. Kể từ đó, mỗi lần đi tắm Ba phải mặc cái quần ướt đợi đến lúc khô. Câu chuyện cái quần xà-lỏn này lúc nào Ôn cũng nhắc đi nhắc lại mỗi lần chúng tôi về thăm Ôn, có lẽ nó đã gây một hình ảnh đẹp về Ba mà lúc nào Ôn cũng nhớ đến. Ôn nói: cái tâm cúng dường chư Tăng của Ba quá tốt.

Mỗi lần gặp Ôn, lúc nào Ôn cũng ân cần hỏi thăm, dạy đạo cho chúng tôi, Ôn hay nhắc chúng tôi "sống ở đời không nên tham sân si, con người ai cũng phải chết, dù cho khối sắt bay lên trời, con người bay lên cung trăng, khoa học kỹ thuật dù có tiến triển đến đâu con người cũng không thể tránh được cái chết, 8 tỷ người trên trái đất này đều phải ra "tòa án" nghĩa trang . Vì tham sân si mê muội, con người ai cũng biết là mình cũng phải chết, nhưng lại bất cần không để ý, cứ ham tranh đua, ganh ghét để được phần hơn về mình. Lúc nằm xuống thì đã quá trễ, nghiệp đã quá nặng, không ai có thể gánh dùm được. Như là "dầu" chỉ nổi trên mặt nước chớ có ai dìm xuống nước được, dù ta có lắc mạnh, khuấy đều nước, tưởng như "dầu" và "nước" hòa lẫn nhau, nhưng lúc để yên nước lắng đọng thì "dầu" lại nổi lên mặt nước, như là nghiệp con người, trước sau gì cũng phải trả, kiếp này hoặc kiếp sau... Vậy chúng ta phải biết chọn cái sống và cái chết sao cho xứng đáng một "kiếp" người trước khi quá trễ".

Sau này ra tù, Ba và Ôn Thiện Minh như thầy và trò mặc dù tuổi tác không cách nhau bao nhiêu. Ôn Trụ Trì lại kể, lúc Ba làm trưởng phòng hãng xăng Shell Nha Trang, lúc nào Ba cũng để chùa Hội 1 thùng phuy xăng để Thầy Thiện Minh đi làm Phật sự, lúc nào hết, là Ba cho người lên thay thùng mới.

Gặp chúng tôi, kể về Ôn Thiện Minh, Ôn Trụ Trì lúc nào cũng khóc khi kể lại cái chết tức tưởi của Ôn Thiện Minh.

Ôn ngậm ngùi nói:

- Lúc ở tù trại Hàm Tân, trại tập trung tất cả các lãnh tụ tôn giáo và đảng phái quốc gia, hôm đó, cán bộ giảng huấn chính trị đường lối Đảng và nhà nước, sau khi lên lớp "chính trị" tên cán bộ hỏi "các ông thấy đường lối Đảng và nhà nước ra sao xin cho biết ý kiến?" cả hội trường im thin thít. Ôn Thiện Minh khẳng khái đứng lên nói "các anh đánh đờn bằng cái lưỡi liềm, thì làm sao chúng tôi nghe được mà cho ý kiến". Ôn kết luận có lẽ vì câu trả lời này, nên tụi cán bộ quản giáo oán giận, trả thù đánh Ôn đến chết.

*Mỗi lần về xứ Trầm Hương,*
*Con thường tìm đến Long Sơn thăm Thầy.*
*Thầy ngồi đó, như cây đại thụ,*
*Đức từ bi, hạnh ngộ vô ngôn,*
*Xa trông sừng sững núi non,*
*Gần đời như thể không còn khổ đau.*
**Thơ Phù Sa, kính tặng Thầy Chí Tín – 2007**

Đã đến chùa Long Sơn thì phải lên Kim Thân Phật Tổ, nằm trên đỉnh ngọn đồi Trại Thủy, có lẽ phải leo lên cả hai trăm bậc thang mới đến đỉnh đồi. Ngày xưa, từ Kim

Thân Phật Tổ đi men theo sườn núi là đi qua chùa Hải Đức. Chùa này cũng có rất nhiều kỷ niệm với gia đình chúng tôi, tất cả anh em chúng tôi đều quy y nơi nầy với Ôn Trí Thủ.

Thuở đó, Ba hay đưa chúng tôi đi chùa Hải Đức, chùa nằm trên ngọn đồi cao, thật yên tĩnh. Ngay phòng khách chùa Hải Đức có bức hình thật là lớn của Ôn Hải Đức với một Phật tử người Mỹ cạo đầu, mặc áo cà sa chắp tay đứng bên Ôn, hai người giống nhau như đúc.

Phật tử đi chùa, thắc mắc hay hỏi ông Mỹ đó là ai mà đứng bên Ôn và giống Ôn quá, mà còn được rửa hình lớn trưng ngay giữa phòng khách vậy, tôi còn nhớ người ta kể là: Ông Mỹ này mồ côi cha, tối ngủ hay nằm mơ thấy cha hiện về trong mộng, người cha trong mộng là một nhà sư... nên ông Mỹ này quyết chí đi qua các nước Đông Nam Á tìm cha, ông đi qua không biết bao nhiêu chùa Thái Lan, Đại Hàn, Nhật Bản mà bóng cha vẫn vắng tăm biền biệt.

Trong lúc đó ở tại Nha Trang, trên chùa Hải Đức, Ôn lại báo cho các đệ tử lo dọn dẹp, treo đèn kết hoa để Ôn đón con đến thăm Ôn. Lúc đó, Phật tử rất dị nghị và nói là Ôn tu hành đến tuổi này sao bây giờ Ôn mới nói có con. Lời ra tiếng vào, Ôn cứ mặc kệ, vẫn an nhiên thiền định trong phòng khách chờ con.

Ngày đó đến thì phải đến, Ôn ngồi thiền, ông Mỹ đến Nha Trang, lên viếng Kim Thân Phật Tổ, thấy cảnh chùa đẹp, núi rừng hùng vỹ, xa xa là chùa Hải Đức ẩn hiện sau rừng cây phượng, ông thả bộ theo triền núi đi qua chùa Hải Đức, ông bước vào viếng cảnh chùa, đến phòng khách, vừa nhìn thấy Ôn Hải Đức ông đã reo lên, đây đúng là cha của ta đây. Ôn mỉm cười, từ tốn mời ông Mỹ ngồi và nói: "Ta đúng là cha của con từ kiếp trước!"

Lúc đó, Phật tử mới hiểu ra là Ôn và ông Mỹ là cha con kiếp trước. Câu chuyện này truyền nhau kể từ đời này qua đời khác, như là huyền thoại.

Hôm về thăm chùa Hải Đức, cảnh cũ còn đó, Thầy xưa đâu rồi! Chùa đã bị đập và xây lên một chùa mới. Phòng khách của Ôn năm xưa còn đó nhưng biến thành một kho chứa củi, bức tranh lớn không còn nữa, không biết chùa cất đi đâu. Thấy thật buồn, ngày nay tôi viết lại "huyền thoại Hải Đức" ra đây vì sợ câu chuyện này sẽ bị thất truyền đi vào quên lãng.

*Phật học viện Nha Trang – 2010.*

Phía bên sườn núi, nằm giữa chùa Hải Đức và Chùa Long Sơn là Phật Học Viện Nha Trang. Nơi này là trung tâm đào tạo tăng tài, tu sĩ Phật Giáo, đạo hạnh, văn võ, trí tuệ thập toàn, lấy chúng sanh và phục vụ dân tộc đạo pháp làm lẽ sống cho đời sống chân tu. Ngày nay, các Thầy tăng sinh năm xưa mà tôi được duyên lành biết qua, bây giờ là Hòa Thượng, không ngừng khai sơn, lập chùa, phát huy và truyền Chánh Pháp từ quê mẹ qua đến xứ người, vượt đại dương đến Úc Châu, bay qua Âu Châu rồi trải đến miền nam California, Mỹ Châu.

Phật học viện Nha Trang cùng chung số phận, bị bỏ rơi, trường không còn cửa và nóc, sân là một bãi đất

18

hoang tàn, cảnh chùa đổ nát. Bây giờ là nơi tụ tập xì ke ma túy, đĩ điếm về đêm, nhìn thấy cảnh chợt nhớ đến câu thơ Kiều:

*Trải qua một cuộc bể dâu,*
*Những điều trông thấy mà đau đớn lòng.*
**(Kim Vân Kiều - Nguyễn Du)**

Đại hồng chung chùa Hải Đức được đặt tại gác chuông trên đỉnh đồi phía đông, nằm giữa chùa và Phật Học Viện. Tiếng chuông chùa này rất dài và ấm, ngân vang xuống khắp chân đồi, tiếng chuông chùa, một thời đã lắng đọng vào tâm thức của người dân xứ "trầm hương" sống chung quanh ngọn đồi Trại Thủy.

Tôi cũng có nghe một huyền thoại về gác chuông này.

Chuyện kể rằng: cứ khoảng bốn giờ rưỡi sáng quý thầy được phân công lo lên động chuông. Hôm đó đến phiên Thầy X động chuông, thì Thầy nằm mơ, có một người Mẹ, bồng năm con đến đứng trước mặt Thầy, xin Thầy cứu dùm cho năm đứa con, Thầy hỏi làm cách nào cứu các con bà. Bà nói là Thầy cứ đánh chuông trễ khoảng nửa giờ là các con của con đều được cứu hết. Tỉnh dậy, bán tín bán nghi, đã bốn giờ rưỡi sáng, Thầy phải lên đánh chuông, thôi cứ kệ, có kiêng có cữ thì có lành. Thầy chần chờ đến năm giờ sáng mới đánh chuông. Đến trưa hôm đó, có một Phật tử ở dưới chân đồi lên chùa thắp nhang lạy Phật. Phật tử hỏi Thầy nào đánh chuông sáng nay mà lại đánh trễ. Thầy nghe hỏi nên mới thật tình kể lại giấc mơ tối qua cho Phật tử nghe. Nghe xong Phật tử toát mồ hôi nói là: con làm nghề đồ tể giết heo, cứ mỗi lần Thầy đánh chuông sáng sớm, cũng là giờ con dậy sửa soạn thọc huyết heo, sáng nay Thầy đánh trễ, nên con cũng ngủ dậy trễ, ra thọc huyết thì thấy con heo đã sanh được năm con...

Nghĩ đến giấc mơ linh thiêng quá! Người Phật tử đó bỏ nghề làm đồ tể giết heo. Kể từ dạo đó, dưới chân đồi cũng không còn lò heo.

Với duyên lành, Ba hoạt động chung với Ôn Thiện Minh, ngoài việc đi dạy học ở trường Bồ Đề, Ba còn tham gia tổ chức chấn hưng Phật Giáo và phát triển gia đình Phật Tử và là một trong những con chim đầu đàn của Gia Đình Phật Tử Việt Nam (GĐPTVN).

Ở nơi miền thùy dương cát trắng, quê hương biển mặn tình nồng đã sanh ra một chuyện tình thật đẹp và thật lãng mạn. Ba đã gặp được ý trung nhân tâm đầu ý hợp, là Má của chúng tôi.

Thuở đó Ba tôi là kẻ tha phương cầu thực với hai bàn tay trắng, không cha, không mẹ, Ba chỉ là một ông thầy giáo trẻ nghèo, vốn liếng không có gì hơn ngoài một mớ kiến thức, một thúng nghị lực, một bồ chịu đựng và một biển tranh đấu để vươn lên như những chàng trai miền Trung.

Má lúc đó là tiểu thơ, con nhà khá giả, nét đẹp quý phái cao sang. Có rất nhiều gia đình quyền quý đã để ý đến Má, các chàng trai công tử từ Phú Yên đến Nha thành đều muốn được kết duyên. Bao nhiêu đám dạm, đám hỏi Má khéo léo từ chối vì trong mắt nàng đã có chàng trai ở Triệu Phong Quảng Trị rồi.

Tôi nghe Dì Liên kể lại là Ngoại khó lắm, không cho Má đi chơi một mình. Muốn đi chơi với Ba phải nói láo với Ngoại là đưa em (Dì Liên) đi chơi. Ra đến ngoài, Má cho tiền Dì đi ăn quà...

Có một lần Dì Liên làm chi đó, bị Má la cho một trận. Dì Liên giận Má nên trả miếng, Dì đi méc Ngoại là Má lén đi chơi với Ba, biết được Ngoại kêu Má lên nhà trên, Ngoại la và bắt Má nằm xuống ván ăn đòn mười roi. Dì hối hận thương Má, mới chạy đi báo tin cho Ba biết, Ba chạy lại nhà, thấy Má đang nằm trên ván chịu đòn, Ba liền nhảy lên ván nằm cạnh và nói với Ngoại là trăm lỗi tại Ba, Má không có tội chi hết và xin Ngoại ăn đòn thế Má.

Không ngờ, Ngoại không đánh Ba, mà còn hỏi lai lịch của Ba, sau đó Ngoại nói, nếu hai đứa thật tình thương nhau thì cứ việc tìm hiểu nhau chớ đừng lén lút đi chơi, khi nào muốn đi chơi thì cứ việc lại xin phép Ngoại.

Được sự đồng ý của Ngoại nên từ đó chuyện tình của Ba Má thuận buồm xuôi gió.

Nhưng ngoài tình yêu trai gái, Ba lại có một mối tình thứ hai, đó là tình yêu quê hương, đất nước và dân tộc. Là một chàng trai ngang tàng khí phách, đầy uất ức nghẹn ngào khi thấy đất nước đang quặn đau dưới gót giày ngoại xâm, Ba đã khóc cho những ngày u ám quê nhà, non sông, Ba đã để lại tâm sự hay những sợi tơ lòng qua các dòng thơ Tao Loạn:

*Lửa binh loạn bao trùm sông núi!*
*Tráng sĩ chờ gì, rửa hận thôi!*
*...*

*Đã mấy thu qua luống ngậm ngùi*
*Tình nhà nợ nước, hận không nguôi!*
*Giờ đây, ngựa thét ngoài quan ải*

*Ngần ngại mà chi lúc chia phôi.*

Và Ba đã quyết định khép lại cánh cửa tình yêu, ra đi tranh đấu cho tương lai dân tộc đất nước:

*Ra đi khép lại nẻo tình,*
*Rồi đây có biết bồng bềnh phương mô.*
**(Thơ Tao Loạn, Thanh Vân)**

Ba đã chia tay Má, nhưng hai người đã tâm nguyện lấy nhau sau khi phụng sự cho đất nước, Ba viết những vần thơ này tặng người yêu trên đường tranh đấu. Ba ví tình yêu trai gái như sông ngòi, rạch suối, mà tình yêu quê hương là biển hồ, đại dương:

*Anh chỉ có hai mối tình tha thiết*
*tình quê hương và tình của đôi ta*
*tình quê hương mênh mông tựa hải hà*
*tình ta chỉ xem bằng con sông hẹp*
*anh sẽ quyết ra đi xây mộng đẹp*
*cho muôn người và cho cả đời em*
*quả tim anh sẽ mến trọn tình em*
*sau khi đã phụng thờ cho đất nước.*
**(Bài Tâm sự, thơ Thanh Vân\*)**

Trên đường đấu tranh, phục vụ tổ quốc, Ba bị thực dân Pháp bắt bỏ tù. Trong tù, Ba cũng làm nhiều thơ lắm, tôi chụp lại một bài trong tập thơ "tù" viết tay của người:

*H. ạ, chúng ta là những tù*
*Đông về xuân lại hạ sang thu*
*Thời gian đưa đến trong khung cảnh*
*Nhặt lá vàng rơi ngập cửa tù.*

**Thơ Lượm lá vàng sau một chiều nhặt lá vàng trước cửa Lao Nha Trang Thu Mậu Tý 1948**

*Giấy phóng thích ra tù thực dân Pháp 1950.*

Ba được thực dân Pháp phóng thích vào thu 1950.Sau khi ra tù, Ba đã gặp lại Má, Ba xin cầu hôn Má, Ngoại liền tán thành. Ba coi Ngoại như là Mẹ ruột của mình, vì Nội mất lúc Ba còn đang ở trong tù.

Một đám cưới tuyệt đẹp, trai tài gái sắc, với các cụ áo dài thưa đen, đầu đội khăn đóng, các bà thì áo dài chấm đất, má hồng, môi đỏ vì miệng nhai trầu...

Sau khi đất nước chia đôi, Ba tiếp tục phục vụ đạo pháp dân tộc. Trên con đường phụng sự phát triển Phật Giáo, Ba tôi lại được gặp Ôn Trí Thủ (sau này có người gọi Ôn Già Lam), cũng là người cùng quê với Ba, tất cả anh em chúng tôi đều quy y nơi Ôn Trí Thủ và đều nhận pháp danh do Ôn trao cho.

Cha tôi là nhà giáo, người làm thơ rất hay, tất cả các đứa cháu đều thuộc thơ của Ba, thơ Ba hay kể lại chuyện Quảng Trị xưa, nơi đồng khô cỏ cháy...

Ba đã đưa ước nguyện hoài bão của mình vào tên các con như một vần thơ và được Má hỗ trợ tối đa cho ra sáu đứa con trai, Nha Trang lục hổ.

Việt Nam Hùng Dũng Vinh Hạnh và Ôn Trí Thủ đã đối lại qua các pháp danh do chính Ôn ban cho, bắt đầu bằng chữ "Nguyên":

*Khánh Hòa Phước Đức Phú Từ.*

Ba tham gia tích cực phong trào chấn hưng Phật giáo, nên lại bị bắt ở tù dưới thời đệ nhất cộng hòa vào cuối năm 1956.

Má kể, hôm đó Ba đi dạy học ở trường Bồ Đề Nha Trang thì bị cảnh sát ụp vào bắt với lý do "an ninh quốc gia" vì lúc đó Ba là một thành viên tích cực Phật Giáo miền Trung, thành viên đầu đàn Gia Đình Phật Tử Việt Nam. Lúc đó Má đang có bầu anh Tư được 4 tháng, nghe Ba bị bắt, Má lật đật mua một ít đồ dùng hàng ngày, chạy lên đồn cảnh sát thăm nuôi Ba.

Đồn cảnh sát Nha Trang hồi đó nằm cạnh trường Bồ Đề trên Mã Dòng, kế bên chùa Hội; Đến nơi người ta không cho Má vào thăm Ba, họ nói Má phải lên nhà lao Nha Trang thăm nuôi. Vô tình lúc đó, Má thấy có chiếc xe jeep nhà binh chạy từ ty cảnh sát ra, trên xe lại có Ba bị còng trái tay, Má sợ họ đưa Ba đi thủ tiêu, Má liều mình chạy theo xe jeep, nhưng cái bầu 4 tháng thì lại quá nặng nề, có lẽ trời muốn thử lòng người, Má xăn quần rượt theo xe, Má chạy vấp phải hòn đá, trượt chân té lăn xuống đường; Nhưng lòng thương chồng, sức mạnh tình yêu, bất kể đau đớn bản thân, đã cho Má thêm sức mạnh, làm như có người đỡ Má lên, Má bật đứng dậy, tiếp tục chạy theo xe, chận đầu xe lại...ông Cảnh Sát phải dừng xe, Má đã đưa được gói quà.

*Đám cưới Ba Má - 1951*

Ba đã chứng kiến cảnh đau lòng Má té lăn lóc trên đường, nhưng mãnh hổ nằm trong chuồng sắt, biết làm sao hơn. Ba nói với theo làn gió, Má cảm nhận được như thế này: "Em té có đau không, coi chừng bị động thai, nhớ lên Thành, nhờ Thầy hốt cho vài thang thuốc Nam..."

Về đến nhà, Má cảm thấy đau dưới bụng, và có ra máu. Má rất hoang mang, không dám kể lại cho Ngoại nghe, sợ Ngoại lo. Mấy ngày đầu Má bị đau nơi thắt lưng nên cử động rất là đau, tối ngủ phải kiếm gối nâng cái lưng lên cao cho đỡ đau. Nhớ lời Ba dặn theo làn gió, Má lên Thành, có ông thầy thuốc Nam rất giỏi. Má nhờ Ngoại chưng thuốc cho Má uống, và nói dối Ngoại là Má uống cho nó bổ thai.

Má lo lắm mà không dám nói thật cho Ngoại hay. Má luôn niệm Quan Thế Âm Bồ Tát phù hộ cho Má được tai qua nạn khỏi, mẹ tròn con vuông. Ông thầy thuốc Nam thật là mát tay, uống hết mấy thang thuốc là Má hết đau lưng. Lời nguyện cầu thành tâm của Má thành sự thật.

Má nói có bầu 10 đứa con, đứa mà Má chịu đau khổ, chịu cực nhất là đứa thứ 3, tức là anh Tư. Má sanh anh Tư ra lúc Ba còn ở trong tù nhà lao Nha Trang. Lúc anh Tư chào đời, cô mụ nói cái môi trên của thằng bé bầm tím; Má nghĩ là có lẽ lúc té, bị động thai, nên thai nhi bị bầm môi; Cô Mụ quở là thằng bé lớn lên sẽ xấu trai, vậy mà lớn lên vết bầm đó biến đi, anh Tư trở thành một "hoa khôi " Nha thành, là một trong những người đẹp trai trong nhà.

Vào cuối năm 57, Ba được phóng thích, lại về với gia đình sum họp với Má và đàn con.

Làm ăn chắt chiu, dành dụm, Ba Má mua được miếng đất ở đường Hồng Bàng và xây lâu đài tình ái nơi đây, căn nhà này bây giờ là từ đường cho tất cả anh em chúng tôi. Kể từ đó, hai người sống trong mộng đẹp, đầy hạnh phúc. Anh em chúng tôi lần lượt ra đời gồm có 6 trai và 4 gái. Chúng tôi sinh ra và lớn lên nơi xứ Trầm

Hương, bên miền thùy dương cát trắng Nha Trang, trong tình thương yêu đùm bọc của cha mẹ và bà Ngoại.

Tôi còn nhớ đâu đó câu thơ:

*Khánh Hòa đẹp lắm ai ơi,*
*Vào Nam ra Bắc ghé chơi Khánh Hòa.*

*Giấy phóng thích Ba , 11- 1957*

27

# Chương 2:
# Ngày xưa thân ái

Đến đầu thập niên 60, Ba Tôi vẫn đi dạy học và đi làm thêm cho hãng thuốc lá Pháp, người nói và viết tiếng Pháp rất thông thạo và cũng rất thâm nho. Văn phòng nằm trên đường Duy Tân, tức là đường chạy dọc theo bờ biển Nha Trang. Ba di làm chung với chú Cháu, người bạn tri kỷ của Ba.

Má kể cứ mỗi sáng chú Cháu đến, là Ba lấy xe đạp ra đi làm với chú, chú Cháu chạy xe gắn máy, Ba một tay nắm ghi- đông một tay vịn vai chú Cháu, thế là Người đi làm. Dạo đó Má tôi vẫn buôn bán hàng khô ở trong chợ Xóm Mới. Anh Hai và anh Ba là hai người phụ Má đắc lực để đi lấy hàng trên chợ Đầm, hay từ những sạp hàng khô trên phố Phan Bội Châu, nào là bún khô, gạo, bột, đường, muối, tiêu... vv...

Những ngày gần Tết, anh Hai và anh Ba phải ra ngủ ngoài sạp để giữ hàng vì hàng Tết quá nhiều, không thể dọn vô dọn ra dễ dàng được, khoảng 23- 24 tháng chạp Tết, có thêm chị Vân con O Thơi trong Tháp Chàm, cũng ra phụ với Má bán hàng. Anh Tư cũng đòi ra ngủ canh sạp cho Má, nhưng thực ra thích ra ngủ ngoài đó vì được đi chơi và tha hồ được ăn bánh kẹo mứt Tết.

Mỗi độ xuân đến, Ba là người lo quét dọn nhà cửa, đem tất cả lư, chuông, chân đèn đồng xuống lau chùi đánh bóng. Anh Em chúng tôi mỗi đứa một miếng vải xúm lại đánh bóng các lư đồng sáng chói như mới thật đẹp. Còn Ngoại thì lo tỉa lá các cây mai tứ qúy, đến đúng ngày mồng một Tết cây mai ra lá non và thật là nhiều hoa. Các cây mai này vẫn còn sống đến bây giờ, có lẽ nó đã thành mai đại thụ trên 100 tuổi.

Tôi còn nhớ mùa Xuân Mậu Thân 68, Việt Cộng tổng tấn công miền Nam. Nha Trang không nằm ngoài ngoại lệ. Sáng mồng một Tết, Ngoại đi chùa sớm, bị kẹt giữa hai lằn đạn, không về nhà được, Ba Má rất lo cho Ngoại. Đến trưa, Ba đi mua đâu đó được mấy bao bố, về nhà, mấy anh lớn phụ Ba, xúc cát bỏ vào bao rồi làm cái hầm dã chiến, tất cả bao cát để chung quanh, phía trên là tấm phản gỗ, cái giường của Ngoại. Mỗi lần nghe tiếng đạn nổ lớn, Ba bắt tất cả gia đình vào trốn trong cái hầm đó vì sợ đạn pháo kích rớt xuống nhà. Tết này là Tết duy nhất cà nhà không có quây quần bên Ngoại và Ba Má vào ngày mồng một, làm lễ chúc Tết đầu năm, không có lì xì, không có phong bì đỏ, không có lên chúc Tết ông Ngoại Tám.

Một cái Tết thật buồn.

Ra giêng (sau Tết), tin tức bà con ngoài làng, từ Huế, Quảng Trị đưa vào toàn là tin buồn trong giòng họ. Không biết bao nhiêu người trong giòng họ chết trong trận tổng công kích Mậu Thân 68.

Hè 69, Ba Má quyết định "về làng" quê Nội. Ba bàn với Bác và O, cùng nhau đưa hết con cháu về làng làm lễ ma chay cho Ông Bà, xây lại mồ mả giòng họ và xây lại nhà thờ Họ ngoài đó. Tôi còn nhớ mang máng những hình ảnh ngủ đò sông Hương, đi ăn bánh bèo Huế, đi trên những con đê, gió thổi rất mạnh mà mình muốn bay theo luôn. Nhớ những lũy tre ngoài làng, gió thổi, hàng tre cạ vào nhau nghe ken két đến rùng mình.

Về đến làng Lưỡng Kim, Ba, Bác và O lo làm lễ giỗ gia tiên, Ba giới thiệu Má, nàng dâu Nha Trang cát trắng cùng chín đứa con với giòng họ. Má kể lại là Út sanh ra rồi, nhưng còn quá nhỏ, nên gởi cho Ngoại coi dùm, để Má theo Ba về làng làm cho tròn bổn phận nàng dâu. Thuở đó, ngoài Trung, nhất là làng của Ba, họ chưa bao giờ thấy trái Thanh Long, Má đem về làng mấy thúng để cúng Ông Bà, bà con trong họ xúm lại coi vì thấy trái này đẹp và lạ quá. Má và O trổ tài đổ bánh "đông sương" (bánh này là một đặc sản Nha Trang làm từ "Rau câu", một loài rong biển, bánh có nhiều lớp và nhiều màu sắc hòa trộn qua nhiều lớp màu khác nhau trông thật hấp dẫn và đẹp mắt), bà con trong họ ai cũng trầm trồ khen ngon và đẹp!

Sau tuần lễ làm ma chay, bà con trong họ quây quần bên Ba, Bác và O, không biết các người lớn nói cái chi mà thấy ai cũng rơm rớm nước mắt, có người nghẹn ngào nói không ra lời, tôi còn con nít, chẳng hiểu tại sao Ba khóc, nên cứ chạy lại lắc lắc cái tay của Ba. Sau này lớn lên, hỏi Má, Má nói đó là ngày cuối, anh em trong họ tâm sự vì biết là ngày mai Ba, Bác và O lại đi vào Nam, không biết đến bao giờ anh em bà con mới gặp lại nhau nên buồn khóc đó thôi. Hình ảnh này ghi đậm trong tôi, nó

31

trở thành một truyền thống gia đình, anh em luôn luôn thương yêu đùm bọc lẫn nhau.

Đầu thập niên 70, anh Hai đậu tú tài hai. Ba Má lo cho anh đi du học bên Vương Quốc Bỉ. Ba là nhà giáo, nên rất trọng công ơn các Thầy Cô dạy dỗ anh Hai từ lớp mẫu giáo lên đến đệ nhất cấp. Ba Má làm một bữa tiệc thật lớn tại nhà, mời hết tất cả Thầy Cô đã dạy dỗ anh Hai từ trường tiểu học Tân Phước, đến cả các Thầy Cô trung học Võ Tánh.

Hình ảnh bữa tiệc chia tay đậm đà tình nghĩa Thầy trò này tôi vĩnh viễn ghi nhớ trong lòng, vì đó là nét đẹp rất phổ biến của văn hoá đông phương, mà người Việt đã truyền lại cho nhau qua câu ca dao:

*Công cha nghĩa mẹ ơn thầy*
*Mười hai năm học đong đầy tình thương.*

Ngày anh đi, Bà Ngoại rất thương anh Hai, bà gói từng cây kim, cuộn chỉ nhét vào hành lý sách tay anh, vì sợ bên đó áo quần rách không có ai may vá. Má thì mua cho anh 1 sợi dây chuyền có cái tấm lắc mở ra có hình gia đình trong đó, như là nhắc nhở anh bên anh lúc nào cũng có gia đình.

Ba Má hãnh diện và đặt hết niềm tin vào đứa con đầu lòng.

Sau khi anh Hai đi du học, Ba đổi sang làm Chef ở hãng xăng Shell, cung cấp xăng dầu cho phi trường và nhà đèn Nha Trang.

Má tôi thì không còn bán hàng khô ngoài chợ Xóm Mới nữa, Má có cửa hàng bán đồ điện và tư liệu xây dựng nhà cửa ở đường Phước Hải, cả gia đình dọn ra sống ở đó.

Ngoại tôi thì ở riêng đường Hồng Bàng, căn nhà rộng lớn đầy hoa thơm cỏ lạ, Ba xây thêm hồ non bộ, nuôi cá, trồng hoa, làm thảm cỏ và xây luôn mấy cái xích đu cho các con chơi.

Vào những ngày tàu dầu cập bến Nha Trang, Ba hay ra tiếp xúc với các thuyền trưởng trên tàu, Ba thường cho tôi và anh Sáu đi theo chơi. Tàu lớn bao la, tha hồ chạy nhảy, đến trưa lại được ăn cơm Tây; Ôi chao, ngày đó sao thấy cơm Tây ngon kỳ lạ, thỉnh thoảng lại được qùa từ mấy ông thuyền trưởng nữa.

Ngày đó, anh em tôi đi học đều có người đưa, người đón. Trưa đi học về, là đã có thức ăn dọn đầy bàn. Các chị phụ giúp việc nhà, cũng đã sửa soạn cà- mèn cơm của Ngoại, và không quên gói thịt tạp nhạp cho mấy con chó...

Má giao nhiệm vụ anh Tư mỗi ngày đem cà- mèn cơm về cho Ngoại, Anh Tư lái Honda, tôi ngồi đằng sau, tay quàng bụng, tay xách cà- mèn. Nhiệm vụ này, Má giao cho hai anh em tôi đảm trách, Má không muốn người giúp việc nào khác đem đồ ăn về cho Ngoại. Lúc đó, tụi tôi làm biếng lắm, chỉ muốn lúc đi học về là ngồi vô bàn ăn cơm liền, bây giờ tôi mới hiểu, Má rất thương Ngoại, Má muốn chính tay con cháu đem cơm về cho Ngoại, đó là cái thâm hậu hiếu thảo của Người dành cho Ngoại. Ngoại tôi chỉ có một mình Má tôi thôi, nên hai mẹ con rất thương nhau.

Vào những ngày nghỉ hoặc cuối tuần, Ba Má đưa tất cả anh em chúng tôi về sống với Ngoại. Mọi tuần như

33

mọi tuần, sáng thứ bảy là đi ăn xôi gà Phúc Ký ở chợ Xóm Mới, sau đó Ba đưa tất cả đi tắm biển, đến trưa là về nhà ăn cơm vui đùa với Ngoại. Đến tối, Ba Má thường đưa cả nhà đi coi ciné, hay đi thăm viếng ông ngoại Tám, Dì Dượng ở chợ Đầm, hoặc là đưa các con đi dạo biển về đêm.

Có những tuần Ba Má đưa gia đình đi chơi đảo Bích Đầm, hòn Tre hoặc đi chơi Đại Lãnh, Bãi Dương, sáng đi chiều về, những dịp này bọn tôi thích lắm, vì được ăn "pique-Nique", bánh mì pa tê, tha hồ uống nước ngọt coca limonade.

Lại có những tuần, Ba đưa cả gia đình về vườn trái cây gia đình ở Suối Dầu, kế bên vườn Ba Má là vườn ông Ngoại Sáu. Vào những dịp này, Ba Má qua thăm ông ngoại Sáu và dẫn theo lũ nhỏ chúng tôi qua chào Ông Ngoại. Sau khi làm thủ tục chào Ông và các Cậu, tất cả lũ nhỏ chúng tôi ùa ra sau vườn trái cây, tha hồ ăn chôm chôm, xoài, bưởi, ổi...vv... Nếu về đúng dịp hè vừa mới gặt lúa xong, tôi và anh Sáu thường ra ruộng lo đi bắt dế về chơi.

Ba rất chú trọng việc học hành của các con. Ba có nhờ cô Chanh đến dạy kèm hết tất cả anh em chúng tôi từ anh Tư đến Út trai. Lúc đó cô Chanh còn đi học trường sư phạm, cô chỉ ngoài đôi mươi mà tôi nhớ sao hồi đó mình nể và phục cô hết mình, cô đến dạy lúc nào cũng mang áo dài trắng, đầu đội nón lá.

Quê cô ở trên Phú Vinh. Ngày đó Phú Vinh là miệt nhà quê đối với dân Nha thành mặc dù nó chỉ cách thành phố Nha Trang có vài cây số. Cuối tuần hoặc hè, chúng tôi hay rủ nhau lên thăm cô, cô rất thương đám chúng tôi, cô dẫn học trò ra sau vườn hái ổi, bưởi hay vú sữa cho ăn đã luôn. Sau khi ra trường, cô được phân công đi dạy trong Phan Rang, từ đó chúng tôi xa cô nên buồn lắm. Cô giới thiệu một Thầy khác đến kèm chúng tôi, nhưng không thể nào thay thế cô trong lòng chúng tôi được.

*Mai đây trên bước đường dài*
*Công thành danh toại nhớ hoài ơn cô.*

Lúc còn nhỏ, tôi thích ngủ chung với Ngoại lắm, nên cũng có cái biệt hiệu là "ấp Ngoại". Trước khi ngủ, Ngoại niệm Phật, vừa niệm vừa lần hạt tràng. Được một tràng hạt (một tràng hạt = 100 hạt) là Ngoại lấy cuốn sổ niệm Phật ra nhấn một cái dấu chứng minh trên vòng hào quang Phật. Tôi không còn nhớ một tập có bao nhiêu trang, một trang là một chân dung Phật, một chân dung lại không biết có đến bao nhiêu vòng hào quang. Ngày Ngoại mất, Má vô tủ của ngoại, mở ra thấy không biết bao nhiêu là sổ niệm, mà cuốn nào cuốn nấy đều đầy dấu chấm. Vậy mới thấy công phu niệm Phật thật là siêu phàm. Má lấy tất cả sổ niệm đốt hết để hồi hướng cho Ngoại được vãng sanh về Tây Phương cực lạc.

Vào dịp hè, tôi về sống với Ngoại luôn cả ba tháng. Ngoại thương tôi lắm, mỗi trưa Ngoại hay đi chợ mua thêm thức ăn cho tôi tẩm bổ, vì thời đó tôi ròm lắm, nên cũng có danh hiệu là Tèo Ròm. Vì có lẽ tôi ròm, ốm o, nên Ngoại thường đi ra chợ mua thêm heo quay, chè chuối chưng, chè đậu ván cho tôi mau ăn chóng lớn.

Ngoại hay nhờ tôi giã bã trầu, (từ ngày Ngoại mất, nghề này coi bộ bị thất truyền). Lúc đó, tôi hay trả giá với Ngoại, con giã trầu xong là một bịch chè đậu ván chiều nay nha Ngoại. Ngoại thì lúc nào cũng ừ...mặc dù không trả giá Ngoại cũng mua cho Tèo Ròm, nhưng lúc mình còn con nít thì lúc nào cũng vòi vĩnh cho được.

Ngoài cái việc giã trầu, bổ cau ra, tôi còn làm luôn "thư ký" riêng viết thơ anh Hai cho Ngoại. Ngoại đọc, tôi viết thơ ra giấy, rồi đem ra bưu điện gửi cho anh Hai. Thế là ngày đó được thưởng bịch chè thật lớn.

Ngoài tôi ra còn có anh Lâm, con cậu Hai cũng về sống ở nhà Ngoại, anh Lâm học cùng lớp với tôi ở La San Bá Ninh, anh Lâm có võ Nhu Đạo, tôi học lóm nơi anh vài chiều để thủ thân, không ngờ sau này tôi nhờ vả các ngón đòn lóm này rất nhiều.

Có lần hai anh em tập võ sau vườn hoa, sau đó chơi xích đu, Lâm đu mạnh lên cao rồi bay người ra khỏi xích đu, lúc rơi xuống đất, anh chống một tay theo đà lộn một cái trông rất ngoạn mục. Tôi thấy vậy, nên bắt chước và được sự "xúi" nhiệt tình của Lâm, tôi đu mạnh xích đu và bung người ra bay lên thật cao, hết đà, đầu rơi xuống trước, tôi chống tay chuẩn bị lăn tròn để lộn, nhưng chưa kịp lộn, tôi nghe cái cạch, quá đau, tôi hét lên, và nhìn cánh tay bị lọi cùi chỏ, không sao dang thẳng ra được. Má biết được la hai anh em một trận, rồi sau đó đưa tôi đến ông thầy võ trên Thành thoa nắn xương, bó gân bằng thuốc ta, cả mấy tháng mới trở lại cánh tay bình thường, hết đau.

Sau năm 1975, anh Lâm đi vượt biên bằng đường biển mà chẳng bao giờ đến đất liền, các dòng chữ này để nhớ đến anh.

Tôi còn nhớ mùa xuân con Mèo 1975, nhà tôi ăn Tết thật là vui, trong nhà ngoài cửa đầy hoa thơm, cây mai tứ qúy nở hoa thật là xum xê, tôi được tiền lì xì rất nhiều, bao nào bao nấy đỏ chót, gặp ai tôi cũng chúc có một câu nằm lòng "con kính chúc "Bác, Cô, Chú" được mạnh khỏe, làm ăn phát tài, sống lâu trăm tuổi", sau đó tôi nhận lại "chúc con học giỏi, chóng lớn, ngoan ngoãn vâng lời cha mẹ" kèm theo bao lì xì màu đỏ. Con nít, chỉ chờ có bao nhiêu đó, được người lớn lì xì là con nít khoái lắm, xé bao lì xì ra toàn là tờ con cọp 500 đồng, còn nhỏ không biết xài tiền nên đem đi bỏ ống hết.

Nhưng hỡi ơi, cuộc sống đâu có bình lặng như thế mãi, tháng ngày tươi đẹp rồi cũng qua đi. Có ai ngờ đâu, đó là cái Tết cuối cùng nhà tôi còn đầy đủ Ba, Má, Ngoại cũng như tất cả anh chị em.

*Đường biển Nha Trang.*

# Chương 3:
# Mùa tao loạn

Sau mùa Xuân 1975, cộng sản Bắc Việt bắt đầu tấn công miền Nam, chiến tranh lại bùng nổ, máu lại đổ, lửa lại bùng cháy trên quê hương tôi.

Hiệp định ngừng bắn Ba Lê 1973 không được phe cộng sản Bắc Việt tôn trọng, họ đương nhiên xé bỏ hiệp định, họ kêu gọi chiến dịch tổng tấn công miền Nam, đầu xuân, họ bắt đầu tấn công vào các tỉnh cao nguyên trung phần Komtum, Pleiku, Buôn Mê Thuột...

Chính quyền miền Nam, Việt Nam Cộng Hòa kêu gọi quốc tế trừng phạt cộng sản Bắc Việt vì chúng xé bỏ hiệp định ngừng bắn Paris, nhưng thế giới đã làm ngơ. Miền Nam kêu Trời, Trời cao quá nên Trời không nghe; Kêu Đất, Đất gần nhưng Đất làm ngơ. Được dịp thế giới tự do làm ngơ, bỏ rơi Miền Nam, cộng sản Bắc Việt đã đưa quân đội ồ ạt tấn công miền Nam.

Vào tháng 3 năm 75, Nha Trang đón nhận những người chạy giặc từ cao nguyên Ban Mê Thuột, Pleiku, Komtum đổ xuống, hay từ miền Trung chạy vào Nha

Trang tránh lửa đạn chiến tranh. Gia đình tôi cũng đã đón nhận bà con xa gần từ Huế, Quảng Trị chạy vào tá túc.

Sau khi Ban Mê Thuột mất, những đơn vị từng sống chết với cao nguyên, nhận lệnh triệt thoái về Nha Trang, trong đó có ông anh họ của tôi, tốt nghiệp sĩ quan võ bị Đà Lạt, đã đến tá túc nhà tôi trong bộ đồ trận rằn ri còn đầy bụi đỏ cao nguyên; Anh vẫn còn đeo cây súng colt lủng lẳng bên hông. Ba đưa đồ cho anh thay, anh không chịu, anh bận nguyên bộ đồ trận, ngồi hút thuốc trước hiên nhà, trông thật ngầu trong khi chờ đợi lệnh trình diện quân đoàn. Nghe nói, sau này anh chết trong tù cải tạo cộng sản.

Nha Trang giữa tháng 3- 75 tràn ngập người di tản, các trường học cho học sinh nghỉ hè sớm và trở thành nơi tiếp đón người di tản chiến tranh. Các hàng quán đều đóng cửa vì sợ lính khinh binh vô kỷ luật đi phá hoại, cướp đồ.

Tôi còn nhớ, chú Cháu đi qua thăm Ba, đang đứng trước cửa tiệm Rồng Vàng, thì có mấy anh lính trẻ đi ngang qua cầm tay chú, rồi nói "cái đồng hồ chú đẹp quá, cho tụi con xin nha"; Nghe vậy chú cởi cái đồng hồ đeo tay đưa cho các anh lính. Ba trong nhà đi ra, thì mọi việc đã xong, Ba liền cởi cái đồng hồ "Rolex" đang đeo đưa lại cho chú và nói chú giữ đi, coi như là quà kỷ niệm của Ba vậy.

Cuối tháng 3- 75, tin tức các thành phố miền Trung thất thủ bay mau, Nha Trang bắt đầu hỗn loạn, người dân Nha thành chuẩn bị di tản vì sợ Nha Trang sẽ bỏ ngỏ như các tỉnh miền Trung.

Ba vẫn nghĩ rằng, theo tin tức thế giới, lực lượng quốc tế sẽ ép Cộng Sản Bắc Việt tuân theo hiệp định Paris, hy vọng vào giờ chót có thể ký kết ngừng bắn, chận làn sóng chiến tranh, họ sẽ lấy Nha Trang làm biên giới trở vô miền Nam.

Nhưng không khí chiến tranh, loạn lạc bao trùm cả thành phố Nha Trang. Vì lẽ này, Ba Má đã lấy một quyết định đau lòng: chia con mà tìm đường sống như Lạc Long Quân đã nói với Âu Cơ, ta dẫn 50 người con lên núi, Nàng đưa 50 con về miền biển.

Ba năn nỉ van xin:

- Em ra đi trước, vô Sài Gòn với các con, nếu hỗn loạn, anh xoay sở một mình dễ hơn.

Má nghẹn ngào chấp nhận:

- Anh ở lại một mình, em không yên lòng, các đứa con trai đã lớn, anh phải chọn một đứa ở lại với anh, cho có cha có con trong lúc hoạn nạn.

Sau một phút đắn đo trầm ngâm, Ba đã chọn anh Sáu, lúc đó anh mới 15 tuổi, anh Sáu không lớn mà cũng không nhỏ, hơn nữa, anh Sáu có những thành tích lanh lẹ và gan lì khi còn bé, nên hân hạnh được ở lại với Ba trong giờ thứ 25. Thêm nữa Ba muốn các anh lớn đi với Má để tránh vòng lửa đạn cộng sản, đồng thời theo phụ giúp Má vì các em còn quá nhỏ.

Anh Ba vừa chạy giặc bằng Honda từ Đà Lạt về, dọc đường hết xăng, anh quăng xe, leo lên xe đò chạy tiếp, về đến được nhà Ba Má mừng lắm. Coi như nhà đông đủ, Ba ra lệnh tất cả chuẩn bị di tản vô Sài Gòn với Má. Nghe lệnh, tôi chạy đi lấy con heo đập ra, lấy tiền bỏ ống hồi

Tết, nhét hết vào túi và trong ý nghĩ ngây thơ, sẽ đưa hết cho Má vì nghĩ là Má sẽ rất cần số tiền này trong những ngày lưu lạc Sài Gòn.

Anh Ba thì lúc nào cũng lận con dao găm bằng inox, có bọc da, Ba cho đi cắm trại; Anh đưa tôi coi và nói là để thủ, bảo vệ gia đình trên chuyến hành trình lành ít dữ nhiều. Anh dặn đừng cho Má biết vì Má sẽ lo và không yên tâm.

Ngày 26- 3- 75, Ba đưa tất cả gia đình xuống hải cảng Nha Trang dưới Cầu Đá, Ngoại khóc sướt mướt, người quyết định ở lại trông nom nhà cửa vườn tược.

Xuống đến bến, người ơi là người, đông vô số kể, nào là người Nha Trang lo chạy giặc, nào là người chạy từ miền Trung mới cập bến, chưa kịp lên bờ, còn chưa hoàn hồn mà còn phải lo chạy đi tiếp, cảnh vật vô cùng hỗn độn.

Ba đã liên lạc trước với thuyền trưởng tàu chở dầu "Trường Hải", chúng tôi phải xếp hàng, len lỏi trong đám người để xuống bến tàu, cuối cùng Ba đưa tất cả gia đình lên được tàu, người di tản lên đầy boong tàu, người ta cố gắng đưa người lên tàu càng nhiều càng tốt. Trên bến tàu, cảnh tượng hỗn loạn, hình ảnh vợ xa chồng, cha con lìa nhau, tiếng kêu gọi con, gọi vợ, gọi chồng lạc nhau, tiếng mẹ khóc lạc con, cha khóc con chết vì kiệt sức trên đường chạy giặc, cảnh tượng thật khủng khiếp, đầy thê lương...

Nhờ chỗ quen biết với thuyền trưởng, Ba xin được một cái phòng nhỏ cho cả nhà, sau khi đưa Má lên phòng an toàn, Ba chia tay Má và bước xuống tàu trở vô lại Nha Trang vì người còn có trách nhiệm phải ở lại đến cùng.

Má khóc thật nhiều, nghìn trùng xa cách, không biết ngày mai ra sao khi thành phố chìm trong lửa đạn.

Trên boong tàu, kẻ đi tiếc nuối nhìn vô bờ; Dưới bến, người ở lại ngậm ngùi ngóng theo. Cuối cùng con tàu Trường Hải rồi cũng rời bến ra khơi đi vào Sài Gòn, trên boong tàu không còn một chỗ trống, chỗ nào nằm được là người ta nằm xuống cho đỡ mệt, muốn kiếm một chỗ đặt lưng không phải là dễ.

Phòng chúng tôi chỉ có 1 giường ngủ, quá nhỏ cho 10 mẹ con có chỗ nằm, tôi ra ngoài hành lang nằm, nhưng hỡi ôi, cũng không còn chỗ trống, người ta nằm ngổn ngang, muốn đi cũng còn khó khăn. Đây là ấn tượng đầu tiên tôi chạy giặc Cộng bằng tàu thủy.

Trong phòng, Má, Chị và các em ngủ cùng với những valise đồ chạy giặc. Cả đêm, anh Ba, anh Tư và tôi thay phiên nhau thức ngồi ngoài cửa phòng canh chừng Má, chị và các em ngủ bên trong.

Thật là hú vía, chuyến đi suông sẻ đến Sài Gòn.

Đến bến Nhà Rồng Sài Gòn, dân di tản đổ bộ xuống, những gia đình không có thân nhân ra đón, có lẽ ở đó chờ chính quyền đưa về các trại tập trung. Gia đình tôi may mắn, có Dượng Hoàng đưa lính ra bến đón, đưa về ở tạm nhà Dì Liên trong khu cư xá sĩ quan Ngô Tùng Châu; Hai anh lớn thì ra ở ngoài Đa Kao nơi nhà O Thơi.

Ở nhà Dì Liên chỉ có Má, chị Năm, tôi và các em. Trong cư xá sĩ quan này, có một đám con nít ngang tuổi với tôi, chúng gọi tụi tôi là đám Nẫu, hay chọc ghẹo chúng tôi, chúng hay quấn giấy làm bì đạn bắn chúng tôi, có thằng còn bỏ thêm cọng thép cho nó cứng bắn tụi tôi cái nào cái nấy đích đáng rướm máu luôn. Anh Bách con Dì, hơn tôi một tuổi, cũng chẳng làm gì được với chúng nó.

Có một hôm, đám trẻ núp đâu đó, chúng tôi vừa đi về, tụi nó nã đạn các đứa em gái tôi. Các em đau, khóc la,

THÁNG BA — MARS

27 THỨ NĂM — JEUDI
Ngày 15 tháng 2 Ất Mão (Đỏ)

chạy tưng bừng, tôi oán tụi nó lắm, quyết tâm cho tụi nó bài học, để chúng nó biết thế nào là lễ độ với đám Nẫu Nha Trang.

Tôi nói với Bách, phải hạ cái đám trẻ này chứ không nó cứ ăn hiếp mình hoài, tôi bày mưu lập kế, Bách nghe xong khoái chí chịu ngay.

Chúng tôi liền lên kế hoạch, hì hục làm bì đạn, tôi đi kiếm mấy cái kiếng lặn, rồi nói Bách và Chín đeo vào vì sợ bì bắn bay vào mắt, lấy mấy cuốn vở lót vào ngực như là áo giáp, trên các cườm tay đeo giây thung và gắn bì sẵn, như là đeo đạn vậy để rút ra cho lẹ.

44

Mọi thứ đã chuẩn bị xong, như là lính sắp ra trận, tôi căn dặn Bách chỉ được bắn vào người tụi nó, tuyệt đối không được nhắm bắn vào mặt chúng vì sợ trúng vào chỗ hiểm.

Hôm đó, chúng nó đang ở chơi trong một căn nhà, cửa ngoài không đóng, tôi đếm ba tiếng, tôi và Bách xông vào nhà tụi nó và nả đạn thẳng vào ngực tụi nó; Bị bất ngờ, tụi nó không kịp chống trả, mấy thằng lớn bình tĩnh lấy bì bắn lại tụi tôi, nhưng tụi nó không ngờ là tụi tôi đã có áo giáp vở, nên không đau, tụi tôi vẫn đứng thẳng tiếp tục bắn bì thẳng vào tụi nó, tụi nó trúng đạn nghe bình bịch trên ngực trên bụng, thằng nào quay lưng thì bắn vô lưng, chúng đau oằn oại, đau quá la khóc tưng bừng bỏ chạy ra ngoài sân thì bị Chín, núp sẵn ngoài đó, nả đạn tiếp liền không tha, tấn công hai đầu như gọng kẹp, nên tụi nó chịu không thấu, khóc la thấu trời xanh, hàng xóm nghe tiếng khóc con nít kêu la inh ỏi nên chạy vô can chúng tôi ra, chúng tôi liền rút quân về nhà.

Cha mẹ chúng cũng là sĩ quan, thấy con mình bị trúng bì sưng tay, sưng ngực, qua mắng vốn nhà Dì, thế là tụi tôi bị một trận đòn nên thân, đổi lại đám trẻ cư xá sĩ quan cũng bắt đầu nể đám trẻ Nha Trang này.

Đám tụi nó kêu anh Bách ra nói chuyện, nó nói tụi tôi đánh lén nên không phục, tụi nó muốn đọ sức tay đôi, một rừng không thể có hai cọp. Thằng Lớn hẹn tôi ra đánh tay đôi dưới cây điều lộn hạt trong xóm. Anh Bách về nói nói tôi nghe, anh nói thằng này có võ, mạnh lắm, tôi đánh không lại đâu, bởi vì anh Bách cũng sợ nó. Tôi nghĩ, nếu không dám nhận lời đọ sức, thì nó không phục, nó sẽ coi thường mình. Tôi đồng ý ra đọ sức với tụi nó với điều kiện đình chiến bắn đạn bì lén đến ngày luận kiếm.

Hai hôm sau, sau khi ăn cơm trưa, không khí trưa hè đô thành nóng nực, chúng tôi ra chỗ cây điều lộn hạt, đến nơi tụi nó đã đứng đó sẵn chờ tụi tôi ra.

Lúc này, Tôi mới được dịp nhìn thằng Lớn kỹ hơn, nó ngang tầm tôi, là dân Sài Gòn, nên trông trắng trẻo, mập mạp, tôi cảm thấy không sợ "vía" nó như Bách nói, ra trận mà không sợ "vía" kẻ địch là nắm thêm được phần thắng 50%. Có lẽ thằng Lớn là trùm đám trẻ trong xóm cư xá sĩ quan, hai bên giao ước chiến tranh, kẻ thua phải thần phục kẻ thắng, hai bên đồng ý.

Tôi và nó đứng thủ, nó nhảy tưng tưng, chân trước, chân sau như là Lý Tiểu Long, nhớ lời anh Lâm, tôi đứng thủ, chỉ xê qua xê lại nhìn thẳng vào mặt nó. Đám con nít bên nó thì kêu la inh ỏi, đứa thì nói đánh vào mặt, đứa thì nói đá vào bụng thằng Nẩu. Bên ta, anh Bách và Chín chẳng kêu la chi hết chỉ biết chạy tới chạy lui.

Sau vài đòn qua lại gờm nhau, tôi nhảy vào đánh cận chiến, tôi đánh chỏ, nó trúng đòn nên đau quá nhào vô ôm cứng tôi, vậy là nó rớt vào bẫy của tôi, tôi nhớ đến tuyệt chiêu nhu đạo mà Lâm đã chỉ cho tôi, tôi kẹp được cổ hắn liền xoay lưng lại và dùng hết sức nảy hông lên, một tuyệt chiêu nhu đạo dùng hông làm đòn bẩy, thế là hắn bị hất tung người lên, tay vẫn còn kẹp cổ, kéo nó rớt xuống cái "rầm" như bao đất rớt, nhưng tôi cũng không thả hắn ra, nó nằm dưới, tôi nằm trên, tay vẫn tiếp tục kẹp cổ nó hết sức bình sinh, thế là anh ta vừa đau vừa nghẹt thở, hoảng quá tự động đập tay xin thua ngay.

Bách và Chín thì khoái chí reo hò, bên ta đại thắng. Ngược lại đám kia thì tiu nghỉu, chẳng reo hò chi.

Nhưng tôi nào có tha hắn dễ dàng, xiết cổ nó mạnh thêm và bắt nó kêu mình bằng anh, cu Lớn đau và sợ quá, một điều hai điều xin Anh tha cho em. Nhịp đập tay xuống đất của hắn cũng nhè nhẹ dần, coi bộ hắn đập xuống đất không nổi nữa, tôi liền thả hắn ra, lập tức đỡ hắn ngồi dậy.

Tôi la lớn "anh Bách về nhà lấy ca nước lạnh ra gấp".

Chúng tôi dìu thằng Lớn vô tựa cây đào lộn hột, tôi vừa nắn vừa xoa ngực cho hắn, cho hắn uống nước, từ từ hắn tỉnh lại. Hắn không oán hờn tôi mà còn cảm ơn tôi rối rít, trước các con mắt kinh ngạc của đám trẻ con cư xá.

Tôi đứng dậy, nắm tay kéo hắn đứng dậy theo, luôn đà bắt tay làm huề với hắn. Cả đám trẻ con, Bách và Chín vỗ tay reo hò tưng bừng. Kể từ ngày đó, đám trẻ thật sự nể đám Nẫu, chúng tôi bắt đầu hòa đồng và chơi với nhau thật vui. Nào là chơi năm mười, chơi tạt lon, chơi đá banh...

Nhà Dì toàn là con gái từ trên xuống dưới, Bách có đến sáu đứa em gái và hai em trai, Dì sanh năm một, có lẽ hồi đó, mỗi lần Dượng đi hành quân, nghỉ phép về nhà là Dì lại có bầu, hết đứa bé Trai, lại đến bé Gái, hết bé Gái lại đến bé Nhỏ...cũng may là chưa có thêm bé Thôi, bé Thêm, bé Nữa... cách nhau năm một.

Không lúc nào ăn cơm trưa là không có cãi lộn với đám con gái nhà Dì, nhất là cô Trâm, ôi thôi xí xọn lắm, hết méc Dì Tư (là Má tôi) cái này, thì cũng kể tội tôi cái kia, bữa cơm lúc nào cũng náo nhiệt, chậm tay chậm chân là hết đồ ăn ngon.

Tôi thích nhất là thằng bé Trai, lúc ở nhà Dì, nó hay đu theo tôi lắm. Tôi và Bách hay xúi dại nó đánh lộn với những thằng bé trong xóm sĩ quan, anh ta nhỏ mà gan lắm, tôi chỉ nó các đòn sát thủ, nên nó khoái lắm, thấy thằng bé nào trong xóm bằng cỡ nó là tui xúi dại tụi nó đọ sức với nhau, chỉ cần bên kia gật đầu là bé Trai nhảy vô chơi liền đòn sát thủ và lúc nào cũng thắng. Tôi còn nhớ, khoái nhất là được bé Trai hun, nó hun cái nào cái nấy đích đáng nghe cái chụt thật là đã. Mỗi đòn võ là một cái hun cho "sư phụ" thật là đích đáng. Ngày nay, Bé Trai là bác sĩ chẩn hình ở miền Nam California.

Trong khi tụi tôi vui chơi ở Sài Gòn, Má rất lo cho Ba, Ngoại và anh Sáu còn ở ngoài Nha Trang, tin tức Cộng quân đang đánh ngoài Khánh Dương, cuối tháng ba 75 phòng tuyến Khánh Dương tan vỡ, Nha Trang bị nhận chìm trong làn sóng đỏ. Người Nha Trang đã cùng chịu chung số phận như các tỉnh miền Trung, dân Nha Trang ồ ạt kéo xuống cảng cầu Đá để hy vọng có tàu vớt đi vô Sài Gòn.

Theo lời anh Sáu kể, lúc cộng quân tràn vào Đồng Đế Nha Trang, Ba và anh Sáu quyết định chạy nạn. Ngoại nói Ngoại lớn tuổi, chậm chạp, ra đi chỉ vướng bận tay chân Ba. Ngoại khóc rất nhiều và hối Ba và anh Sáu đi lẹ lẹ lên chớ kẻo không còn kịp. Ngoại quyết định ở lại coi nhà, thắp nhang khấn vái ông bà phù hộ cho Ba và anh Sáu sớm đoàn tụ gia đình ở Sài Gòn.

Những ngày chót, O Thơi từ trong Tháp Chàm chạy ra tá túc với Ba. Thế là Ba , O Thơi và anh Sáu lên đường di tản khỏi Nha Trang. Lúc xuống đến bến tàu, anh Sáu nhớ lại, chỉ thấy người ta chen chúc đông ơi là đông, người ta đứng nằm ngổn ngang, xe lăn bánh mà người ta vẫn nằm bất động cản đường, đập tay vào mới biết là đã chết vì kiệt sức không biết từ lúc nào, chỉ trong phút chốc bến tàu biến thành bãi tha ma.

Ba và Anh Sáu cứ bừa lên xác người mà đi, cảnh tượng thật kinh hoàng, cảnh chết bao trùm cả bến tàu, gia đình, vợ chồng, bè bạn, thầy trò, chia ly tan tác. Hàng trăm người chết nằm trên cảng tàu là những người được đưa từ các tàu chạy nạn từ Đà Nẵng vào đa số là trẻ em, con nít chết vì đói khát, kiệt sức.

Các tàu lớn neo ở ngoài khơi, người ta đứng ngồi chật cứng cả boong tàu, không biết còn chỗ chở thêm người được nữa không! Vậy mà ghe lớn, ghe nhỏ cứ ào ào nhào ra tàu lớn để được vớt di tản vào Sài Gòn.

Để O ngồi lại với mấy đứa cháu trên bến tàu. Ba nắm tay anh Sáu kéo đi kiếm ghe nhỏ để ra khơi. Ba rời cảng, chạy về hướng Cầu Đá, mọi ngày thường, nơi này ghe đánh cá neo đầy bãi, vậy mà hôm đó không có ghe nào. Thấy xa xa có một ghe đánh cá nhỏ, nhìn kỹ là học trò cũ của ba ngày xưa.

Ba vội kêu:

- Con ơi, vô giúp thầy với.

Anh học trò nghe thầy gọi, nhớ ơn Thầy anh liền đưa tàu chạy đến phía bờ. Không đợi ghe đến bờ, Ba và anh Sáu lội ra được anh học trò phụ kéo lên ghe.

Vừa lên được ghe, Ba liền nói và chỉ về phía O:

- Con ghé vào cảng hướng này để Thầy đón cô.

Lúc ghe gần cặp bến, người chạy giặc trên cảng thấy có tàu, họ liền nhảy xuống biển, bơi ra bám vào ghe. Thấy vậy, Ba và anh Sáu phụ kéo người ty nạn lên ghe. Trong lúc cứu người, ngoái đầu lên, thì thấy anh học trò đã cho quay đầu ghe tiếp tục ra khơi.

Anh học trò nhìn Thầy ngập ngừng:

- Thầy ơi, nếu con vào, với số người đông như vậy làm sao mình vớt hết. Ghe chìm mình chết hết Thầy ơi.

Nghe anh nói, Ba nhìn các người chạy giặc mới vớt lên ghe, mới có mấy phút mà đã leo lên ghe chật cứng. Họ cũng nhìn Ba với ánh mắt van xin thất thần mệt mỏi. Nhìn ra phía khơi, thấy các tàu lớn lần lượt nhổ neo ra đi. Nhìn vào bến tàu nơi có O, thấy trên bến tàu thật hỗn độn, người ta đứng chen lấn nơi đầu bến để tìm cách lên bất cứ ghe nào, họ tìm mọi cách thoát khỏi Nha Trang, có lẽ họ sợ thiên đường "Việt Cộng" nên một hai phải tháo chạy.

Sau một phút trầm ngâm, Ba buồn bã lấy quyết định:

- Ừ thôi, con đưa mọi người ra khơi trước.

Ba vừa gạt giọt nước mắt lưng tròng, vừa chỉ tay về con tàu dầu Trường Hải mà ba quen biết trong thương trường.

Ba nói:

- Con đưa ghe ra cặp vào tàu đó.

Nhờ uy tín của Ba, thuyền trưởng cho vớt lên trên boong tàu tất cả người ty nạn. Ba vừa lên tàu, là ông ta cho lệnh nhổ neo, vì tình hình rất là nguy ngập.

50

Ba chỉ còn một em gái là O Thơi, Ba đau khổ đành để lại đứa em trên bến tàu Nha Trang, ra đi mà lòng không yên vì không biết em sống chết ra sao.

Như là một định mệnh.

Ba lẩm bẩm niệm Phật:

- Nguyện cầu ơn trên phù hộ cho em tai qua nạn khỏi.

Tàu lênh đênh trên biển hai ngày rồi cũng đến Sài Gòn, nhưng có lệnh từ thủ đô, tàu không được cặp bến Nhà Rồng, bị buộc quay ra Vũng Tàu.

Trong khi đó ở Sài Gòn, Má trông tin Ba hàng ngày, hàng giờ, hàng phút, hàng giây, đứng ngồi đều không yên. Nhân viên hãng Shell báo tin cho Má biết là tàu dầu Trường Hải đã ghé bến Vũng Tàu.

Được tin, Má hối Dượng Hoàng đưa Má và anh Ba ra Vũng Tàu để đón Ba và anh Sáu. Xe chạy chừng một hai tiếng chi đó, đến cảng vào buổi trưa, trời nắng chang chang, trên bãi cát, một biển người, người ta như kiến, cảnh tượng thật kinh khiếp, hỗn loạn kinh khủng, tiếng cha kiếm con, vợ kêu chồng, tiếng gào thét con nít bị thất lạc. Từng đoàn, từng đoàn người di tản chiến tranh từ miền Trung đổ bộ lên cảng. Biết Ba và anh Sáu ở đâu mà kiếm.

Dượng Hoàng có ý kiến, phân ra 2 nhóm, chia nhau tìm kiếm hai đầu, nếu có thất lạc, lấy cột đèn gần cổng làm điểm hẹn. Nói xong, Dượng ra đi đầu trên.

Còn lại Má và anh Ba, anh nghĩ nếu đi một mình thì dễ len lõi hơn, nên bàn:

- Má đi đường mệt rồi, thôi Má ngồi đây nghỉ ở gốc cây này, để con chạy đi kiếm Ba và Em, chớ chạy tới chạy lui, Má con lại lạc, biết đâu mà kiếm.

Không đợi Má trả lời, anh vừa đi vừa căn dặn:

- Má nhớ đội nón, trời nắng lắm, nhớ đừng có đi đâu hết nha Má.

Má từ tốn:

- Ừ con tính vậy cũng được.

Anh Ba len lách trong biển người, đi từ đầu cảng đến cuối cảng mà không thấy bóng dáng Ba đâu hết. Anh quay về gốc cây, báo cho Má biết.

Má lo lắng:

- Con leo lên cái cột đèn cao kia cho dễ nhìn, Ba và em sẽ thấy con dễ hơn; Nhớ nhìn ra biển coi còn tàu nào vô không, chớ Má lo quá! Má đứng đây đợi con.

Anh Ba leo lên cột đèn, nhìn xuống biển người bao la, chẳng thấy Ba và anh Sáu đâu. Nhìn ra biển, tàu lớn, tàu nhỏ, ghe lớn ghe nhỏ tấp vô cảng tới tấp. Mỗi lần ghe cặp bến, là có trăm người lê thê lếch thếch đi xuống vào bờ. Cảnh tượng hỗn loạn không khác chi trên bờ.

Đã xế chiều, chẳng còn thấy tàu nào ghé vô cảng nữa. Má thật sự lo âu ra mặt vì không thấy bóng dáng Ba và con đâu. Má thật buồn và lo, trong tâm lúc nào cũng niệm Quan Thế Âm Bồ Tát cứu khổ cứu nạn phù hộ cho Ba và con đến nơi bình an.

Anh Ba đứng đó an ủi Má, lăng xăng chạy tới chạy lui hỏi thăm đoàn Nha Trang đến chưa, tìm người quen hỏi thăm tin tức Ba.

Bỗng nhiên có một tiếng hét quen thuộc từ xa, anh Ba nghe rõ ràng tiếng Ba gọi, mà mắt thì không nhìn thấy Ba và em đâu. Tiếng gọi càng lúc càng rõ; Anh Ba lại leo lên cột đèn cao, đưa ánh mắt lần theo hướng gọi của Ba, miệng không ngớt la lên "Ba đâu, Minh Em đây, con đây"... Theo ánh mắt, anh thấy được Ba, thật là mừng, anh chạy về chỗ Má ngồi báo tin ngay lập tức.

Anh Ba háo hức:

- Má, con thấy Ba và em rồi.

Anh nắm tay kéo Má chạy về hướng Ba.

Được tin, Má mừng quá đỗi, mà cũng bán tín bán nghi, hai mẹ con nắm tay chạy về hướng Ba. Hình ảnh áo dài phất phơ trong gió biển về chiều, vợ chạy kiếm chồng. Thật là cảm động.

Chưa đến nơi, đã nghe Ba gọi "Em, Minh Em...Ba đây" thế là Ba Má trùng phùng trong vui mừng và nước mắt, bồi hồi xúc động, hạnh phúc không sao tả xiết.

Cùng lúc đó, Dượng không tìm thấy Ba, cũng trở lại điểm hẹn, nên đã gặp lại đông đủ. Dượng đưa tất cả về cư xá sĩ quan ở tạm.

Trên đường về lại Sài Gòn, Ba nói thật là hi hữu, giữa một rừng người Ba thấy được anh Ba nhờ anh đứng trên cột đèn cao và nhất là nhờ mái tóc dài hippie của anh, bay phất phơ trong gió. Ba khen anh lanh trí, giỏi và cho phép anh tiếp tục để mái tóc dài hippie.

Ba ghi lại được đôi dòng lịch sử giây phút đó trong nhật ký "ngày 2 tháng tư 1975, 3g45 gặp lại Em và Nam vô cùng xúc động, tại Vũng Tàu", đọc được những dòng chữ nhật ký này, tôi cũng hình dung được đôi vợ chồng hạnh phúc biết bao khi được đoàn tụ.

Dượng Hoàng đưa Ba về cư xá sĩ quan ở tạm.

Đô thành đầu tháng tư bắt đầu xáo trộn, Ba Má bàn với nhau dọn nhà ra ngoài Đa Kao, đến ở tạm nơi nhà O cho sinh viên mướn ở ăn học.

Hai hôm sau, mấy đứa cháu kẹt trên bến tàu Nha Trang, cũng về được Sài Gòn, tin các đứa cháu cho biết O Thơi được bình an. Ba Má rất là mừng và rất yên lòng.

Khoảng giữa tháng tư, Ba Má mua được căn nhà ở đường Hai Bà Trưng, ngã tư Hồng Thập Tự, gần hồ Con Rùa, dinh Độc Lập. Vậy là cả nhà có nơi ổn định trong Sài Gòn.

Không khí Sài Gòn vào những ngày tháng tư lúc nào cũng nghẹt thở, tổng thống Thiệu tuyên bố cố thủ Sài Gòn với vòng đai thép chung quanh thủ đô, có người nói thủ đô sẽ là An Lộc thứ hai, quân đội Mỹ thì nói nếu cần sẽ thả bom Bắc Việt như mùa hè đỏ lửa 1972 nhưng chỉ là lời hứa cuội, câu giờ.

Khoảng giữa tháng tư, có một phi công quân đội miền Nam làm phản, đã cướp máy bay và thả bom ở dinh Độc Lập, tôi còn nhớ rất rõ, nhà tôi rất gần dinh tổng thống, tiếng máy bay gầm rú trên trời, tiếng đạn đại liên phòng không bắn lên, tiếng bom rơi, một tiếng hú xé gió rất dài, nghe rất rùng rợn, sau đó là một tiếng nổ long trời lở đất, Ba Má kêu gọi các con chạy xuống hết tầng trệt và núp dưới chân cầu thang...

*Di bút Ba - Nhật ký tháng tư 1975.*

Những ngày sau đó, Dì Liên xuống ở chung với gia đình tôi, vì sợ cư xá sĩ quan sẽ là mục tiêu tấn công của cộng quân. Tôi còn nhớ, lúc đó Dì mới vừa sanh bé Nhỏ được vài ngày, còn đỏ hỏn, bồng về nhà luôn.

Dượng Hoàng là sĩ quan lo trấn thủ vòng đai thép Sài Gòn, lâu lâu Dượng ghé về nhà tôi thăm Dì vài ba phút, tôi còn nhớ Dượng bận đồ trận, mang áo giáp, đi xe jeep, các anh lính cận vệ, anh nào anh nấy, cầm M16, M79, bận áo giáp, lựu đạn đeo đầy người; Nghe các anh kể lại

55

là đã đụng độ với cộng quân vài lần, và lúc nào cũng đẩy lui được tấn công biển người của chúng.

Dượng đã không tháo chạy như những sĩ quan hèn nhát mặc dầu Dượng có đủ phương tiện ra đi, Dượng đã làm hết bổn phận người lính bảo vệ thủ đô đến giờ phút cuối cùng, nhờ vậy mà có một số dân quân có được thì giờ để di tản an toàn, trong số đó, có không ít các tên tướng hèn nhát, tuyên bố láo lếu rồi tháo chạy ra đi cả gia đình an toàn, mặc kệ đồng đội là những người lính còn cầm súng. Sau này đọc sách, tôi được biết, Dượng đã tham dự và trực tiếp chỉ huy một trong những trận đánh cuối cùng của quân đội Việt Nam Cộng Hòa.

Kể từ ngày đó, tiếng đạn xé trên bầu trời Sài Gòn, đạn pháo kích cộng sản Bắc Việt cứ rơi vào thủ đô, rơi vào tòa đại sứ Mỹ, rơi vào phi trường, kho đạn bị nổ... Sài Gòn bất ổn và không còn an toàn nữa. Lệnh thiết quân luật ban hành 24/24 vậy mà ngoài đường người ta kiếm đường tháo chạy cộng sản không ngừng. Tổng thống Thiệu từ chức, nhường quyền lại cho cụ Hương, rồi cụ Hương bị áp lực phải từ chức nhường quyền cho đại tướng Dương Văn Minh, ông ta nhậm chức tổng thống, được một ngày thì ra lệnh cho tất cả người Mỹ phải rời khỏi Việt Nam trong vòng 24 giờ.

Tôi còn nhớ đó là ngày 29- 04, nhà tôi ở gần tòa đại sứ Mỹ, tôi lên sân thượng coi trực thăng bay trên bầu trời Sài Gòn, nào là trực thăng "chuồn chuồn" một cánh, trực thăng hai cánh, bay lên đáp xuống lấy người trên các nóc nhà cao, xa xa là nóc nhà tòa đại sứ Mỹ, máy bay lên xuống không ngừng, người ta đứng đầy trên nóc nhà, chen lấn trên cầu thang lên máy bay, máy bay trực thăng tấp nập trên bầu trời, nhiều như là chuồn chuồn bay kín cả bầu trời thủ đô. Sau này, đọc sách tôi mới biết đó là chiến dịch di tán "Frequent wind" cho người Mỹ bằng trực thăng.

Ở nhà, các ông anh lớn bàn với nhau chạy qua tòa đại sứ Mỹ để chạy ra nước ngoài, Ba tôi ra lệnh không đứa nào được ra đi, sống chết có nhau trên quê hương. Trên cơ quan, có nhiều người kêu điện thoại cho Ba phương tiện ra đi dễ dàng, nhưng Ba đã lấy quyết định ở lại quê nhà, vì Ba Má còn có Ngoại, cũng như là Ba hứa với Dượng, nếu anh ở lại, thì chúng tôi cũng không ra đi...

Rồi ngày định mệnh Việt Nam cũng đến, ngày 30 tháng 4, tổng thống Dương Văn Minh ra lệnh buông súng đầu hàng vô điều kiện, miền Nam Việt Nam bị khai tử. Chiều 30- 04, Dượng và các anh phụ tá, đám lính cận vệ chạy xe jeep về nhà. Ba Má, Dượng Dì lên lầu cùng nhau bàn chuyện. Tôi thấy Ba đưa Dượng một cọc tiền mặt, Dượng nhét vào túi, sau đó Dượng và các anh lính lái xe ra hồ con rùa, anh Sáu cũng leo lên ra theo.

Đến Hồ Con Rùa, các anh lính đổ xăng lên xe jeep, Dượng châm điếu thuốc, kéo một hơi dài, rồi sẵn que diêm châm lửa đốt xe, sau đó Dượng đưa điếu thuốc đang hút cho các anh lính hút, các thầy trò ôm nhau khóc rấm rức coi như là lễ chia tay.

Dượng buồn bã:

- Các anh đã theo tôi, không bỏ đồng đội trong những giây phút dầu sôi lửa bỏng, các anh không hèn, các anh có thể tự hào đã làm người lính tranh đấu bảo vệ quê hương đến giờ phút cuối cùng, tôi cảm ơn các anh...

Dượng ngậm ngùi nói không ra lời tiếp:

- Tôi cảm thấy có lỗi, không bảo vệ được các anh, thôi thì mình chia tay từ đây, các anh lo về chăm sóc cho gia đình, các anh về địa phương, cứ khai là lính, chắc cũng không có sao đâu...

Sau đó Dượng móc tiền Ba mới đưa, cho các anh lính để các anh có tiền về quê lo gia đình. Lúc đó có anh lính khóc thật lớn vì biết rằng đây là lần cuối thầy trò còn bên nhau.

Ở nhà, từ trên lan can, nhìn xuống đường Hai Bà Trưng và những khu vực gần đó, thấy binh lính Việt Nam Cộng Hoà vứt bỏ quân phục, súng đạn, có những anh lính thậm chí chỉ mặc có cái quần xà- lỏn chạy lon ton, thấy vậy Ba tôi lấy áo quần quăng xuống cho các anh có đồ bận.

Trong khi đó, một số người dân Sài thành lợi dụng cơ hội ngàn vàng đi quơ của ở các trung tâm cơ sở Mỹ, ở các nhà không còn chủ, người ta khiêng tủ lạnh, ti vi, giường, bàn ghế, họ khiêng bất cứ cái gì khiêng được.

Sáng 01- 05, các đoàn quân Bắc Việt bắt đầu kéo vào quận nhất Sài Gòn, các xe tăng chạy trên đại lộ Hai Bà Trưng treo cờ mặt trận giải phóng miền Nam tiến vào trung tâm thành phố, các anh bộ đội không biết đường đến dinh tổng thống, họ trải bản đồ trên xe tăng vừa đi vừa coi, có anh bộ đội hỏi Ba tôi "đường đến dinh tổng thống đi làm sao?...".

Tiếng súng vẫn còn nổ lẻ tẻ đây đó, thoạt nhiên có nhiều tiếng súng nổ rầm trời từ phía dinh Độc Lập, sau này nghe kể lại là các anh lính dù chơi trận cuối với cộng quân, thế cô, họ ngồi quây quần, nắm tay nhau và cho nổ lựu đạn, không chấp nhận đầu hàng, họ chấp nhận hy sinh trở thành anh hùng vô danh.

Trưa 1- 5, tôi và anh Sáu theo đoàn người đi mừng "quân giải phóng", chúng tôi đi ngang hồ Con Rùa, anh Sáu chỉ chiếc xe Dượng đốt hôm qua còn đó, tiến lên nhà thờ Đức Bà, đến dinh Độc Lập, đi dọc theo đại lộ Tự Do. Các tượng đài chiến sĩ tự do miền Nam đều bị giật sập.

Xe tăng đậu đầy trong các công viên trung tâm thành phố, chúng tôi đến nói chuyện với các anh "giải phóng quân". Tôi cũng rất hồ hởi đứng nghe các anh nổ "đánh cho Mỹ cút, đánh cho Ngụy nhào, giải phóng miền Nam, thống nhất đất nước", rồi được các anh "giải phóng quân" cho một cái bánh "lương khô" làm qùa, lần đầu ăn miếng "lương khô" Trung Cộng, lúc còn bé, cái gì cũng thấy ngon đáo để.

Tôi cảm thấy mến các anh này vì thấy họ không có hung ác như mình tưởng tượng theo các lời đồn, mà họ là những anh hùng kháng chiến quân, đó là những ký ức, cảm giác lần đầu tôi gặp "Việt Cộng".

Họ cũng là con người Việt Nam, họ cũng có gia đình mong chờ bên kia bờ sông Bến Hải, họ là nạn nhân của các mưu đồ chính trị cộng sản, tôi nghĩ là, trong ngày "giải phóng" miền Nam, họ chỉ nghĩ đơn thuần chiến tranh đã chấm dứt, Việt Nam thống nhất sơn hà, cuộc chiến dài nhất thế kỷ 20 đã kết thúc và họ sẽ được về đoàn tụ gia đình, họ cũng nóng lòng về thăm mẹ già, cũng như là người vợ trẻ, con thơ đang mong chờ người chiến binh trở về trong hòa bình.

Nhưng hỡi ôi, họ đã bị lừa, giấc mơ của họ không thành sự thật, Đảng Cộng Sản Việt Nam đã lừa cả một dân tộc. Sau chiến thắng, thiết nghĩ đây là dịp hiếm có ngàn năm một thuở, người cộng sản không biết lợi dụng cơ hội này để hòa hợp hòa giải dân tộc, chúng lại làm một cái điều tàn ác là mị các chiến sĩ Việt Nam Cộng Hòa, công chức và thành viên đảng phái quốc gia phải tự nguyện đi học tập cải tạo với số lương thực tự túc là mười ngày. Có người đi tù không có ngày về, có người biến mười ngày ra mười năm, 15 năm. Chưa đủ, chúng còn trù dập các vợ dại con thơ, chúng ngăn cản không cho con cái "ngụy quân, ngụy quyền" được ăn học đi làm, chúng đuổi vợ dại con thơ lên kinh tế mới, thật là một chính sách loại bỏ, trả thù, tàn ác thâm độc.

Mọi người mới vỡ lẽ ra, không còn ai tin vào lời đường mật của Cộng Sản nữa. Người ta thường nhắc lại lời Tổng Thống Thiệu "Đừng nghe những gì Cộng Sản nói, hãy nhìn kỹ những gì Cộng Sản làm".

Sau những ngày náo nhiệt mừng thắng trận "giải phóng" miền Nam, Ba Má tôi mướn xe ba-lua đi về Nha Trang, có những gia đình khác, cùng quê Nha Trang cũng theo ké xe này về. Trên đường về, tôi còn nhớ là các cây cầu đều bị giật sập, xe phải lội xuống ruộng, xuống sông lạch mà đi.

Về đến Nha Trang, gặp lại Ngoại mừng ơi là mừng, như một phép lạ, nhà tôi không bị cướp, các cửa hàng khác ở đường Phước Hải đều bị cướp, riêng cửa tiệm của nhà tôi, Má tôi khoá trái bên ngoài mà vẫn còn nguyên vẹn.

Trong Sài Gòn, Dượng bị lừa bắt đi tù cải tạo như các sĩ quan khác và Dượng đã ở tù trên mười năm ngoài miền Bắc, sau khi ra tù, Dượng đưa Trâm và Bé Trai đi vượt biên đến được Pulau Bidong vào cuối thập niên 80, nơi này Dượng được bầu làm trưởng trại. Sau khi định cư ở Hoa Kỳ, Dượng đã bảo lãnh Dì và các em qua đoàn tụ ở Cali.

Ngoài Nha Trang, Ba Má quyết định đưa tất cả gia đình về nhà Ngoại sinh sống, đóng tiệm Phước Hải, Ba không phải là công chức, không thuộc đảng phái quốc gia và cũng không phải là quân nhân, nên chúng không thể bắt Ba tôi đi tù được. Nhưng chúng biết cha tôi là một nhà trí thức yêu nước, một thành viên đầu đàn Gia Đình Phật Tử Việt Nam, cũng như là thành viên của giáo hội, nên chúng đã lập mưu cướp đi người cha thân yêu của chúng tôi.

*Gia đình đi dạo biển 1969.*

# Chương 4:
# Đời vô thường

Vào những ngày đầu sau tháng tư 1975, Ba đã nhận ra bản chất thật của người Cộng Sản nên Ba rất buồn, Ba ra biển, mắt người đăm chiêu nhìn xa xăm về phương trời rất xa...

Ba rất thích hút thuốc Salem menthol, những lần ra biển như vậy, Ba hay đưa anh Sáu đi theo và thỉnh thoảng Ba cho anh Sáu kéo ké vài hơi...

Có lẽ cảm nhận được sự thâm độc của người Cộng Sản, chúng kiểm duyệt bất cứ cái gì mà chúng kiểm được, Người không dám viết thơ cho con bằng tiếng Việt vì sợ bị kiểm, Người đã viết thơ tâm sự bằng tiếng Pháp cho anh Hai, và không dám viết tên, hay ký chữ thường ký, Ba viết như một bức thư nặc danh, nếu chúng có bắt được cũng không thể đoán được là của ai viết, và viết cho ai. Ba nhờ một người Pháp về xứ chuyển lại cho anh

Hai, có lẽ đây là bức thơ cuối cùng Người gởi cho anh Hai. Anh Hai nhận thơ, nhìn vào thì biết ngay đó là nét chữ của Ba mặc dù không có chữ ký và tên người gởi.

Những ngày đầu sau tháng tư 75, ở Nha Trang, đi đâu cũng thấy đạn rơi ngoài đường. Như đám trẻ con nghịch ngợm khác, tôi và anh Sáu đi lượm đầu đạn lửa đại liên về chơi. (trên băng đạn đại liên, cách nhau khoảng năm mười viên là có một viên đầu đạn đỏ, gọi là đầu đạn lửa).

Chúng tôi để viên đạn lên nền nhà rồi lấy hòn gạch đè lên đầu đạn, lăn lăn lắc lắc đầu đạn bị kẹp ở giữa, một hồi là cái đầu đạn rớt ra. Chúng tôi lấy thuốc súng làm mồi lửa, còn đầu đạn thì làm pháo cho nó bay. Chúng tôi đợi đến tối, kê đầu đạn nghiêng nghiêng lên trời, rãi thuốc súng sau đít đầu đạn, rồi châm lửa đốt, đít đạn bắt lửa, phụt cháy và bay đi về phía trước như một hỏa tiễn nhỏ, bay ngoằn ngoèo trong màn đêm, thật là ngoạn mục đẹp mắt, chúng tôi reo hò vui hồn nhiên bất kể nguy hiểm.

Chơi dao cũng có ngày đứt tay, đêm đó, như mọi lần, hai anh em tôi lại chơi đầu đạn lửa, xui sao, có người đi qua đường ngay hướng đầu đạn bay, đầu đạn bay cắm vào chân người đi đường, máu chảy tùm lum, thế là chúng tôi bị "công an phường" bắt đưa về nhà, Ba tôi phải đền tiền thuốc men.

Ba tôi yêu cầu mọi người đi về để người dạy con, Người nói hai đứa tôi nằm xuống chuẩn bị ăn đòn. Tôi run run nằm xuống chung với anh Sáu, Ba chỉ mới có nhấp nhấp cái roi mà tôi đã nhắm mắt, cắn răng chịu đòn rồi. Khi mọi người đã đi ra khỏi nhà, bỗng nhiên Ba kêu hai đứa đứng dậy, chúng tôi đứng dậy nghiêm chỉnh vòng tay, Ba khuyên răn hai anh em không được chơi thuốc súng đạn nữa vì rất nguy hiểm, có thể làm chết người. Sau đó Ba không phạt mà còn lấy xe vespa chở hai con đi một vòng biển hóng mát, cho ăn chè trái cây ở góc Ngã Sáu Nhà Thờ. Đây là kỷ niệm tôi còn nhớ mãi suốt đời trước khi chúng nó cướp đi người cha thân yêu của chúng tôi.

Vào khoảng cuối tháng 8- 75, tôi đang đánh đáo trước cửa nhà thì thấy có một anh mặc đồ bộ đội, đi dép râu, đầu đội mũ tai bèo, đứng dáo dác nhìn vào nhà tôi trong rất là kỳ lạ, hình như muốn kiếm ai.

Tôi mới bước lại hỏi:

- Thưa Anh muốn kiếm ai trong nhà này?"

Anh bộ đội này nói giọng Trung rất là nặng:

- Có phải đây là nhà chú Văn không?

Ba tôi tên là Văn, tên cúng cơm ở nhà, rất ít người biết trừ bà con thân thuộc trong gia đình, tôi có nghe Ba tôi hay kể về một người anh hy sinh trên đường đi kháng chiến chống thực dân Pháp, sau ngày đất nước chia đôi, các cháu bị kẹt ở lại ngoài miền Bắc. Ba hay nói, không biết mấy đứa cháu bây giờ lưu lạc nơi đâu, nhờ vào câu chuyện này nên tôi mới nghĩ không chừng đây là cháu của Ba đi tìm chú sau "hòa bình".

Tôi mạnh dạn nói ngay:

- Đúng, đây là nhà ông Văn, anh kiếm ba tôi có chuyện chi?

Bộ Đội mừng rỡ:

- Ồ, vậy may quá, vậy là kiếm được nhà chú Văn rồi. Anh đây là con bác Hân, còn em ni là con chú Văn hỉ?

Tôi cũng mừng, bỏ chơi, vội vã đưa anh vô nhà gặp ba má.

Ba nhận ra cháu, mừng ơi là mừng. Anh tên là Bắc, có lẽ bác Hân muốn anh nhớ là anh sinh ra trên đất Bắc.

Anh Bắc kể là, trước khi Bác mất, bác dặn dò sau "hòa bình" là phải vô Nam tìm Chú. Tội nghiệp, anh cũng ráng để dành được vài ký gạo "đen", đôi dép râu làm quà cho Chú và ít bánh lương khô làm quà cho các em vì nghe nói trong Nam, dưới sự kềm kẹp Mỹ Ngụy khổ lắm.

Anh Bắc nhìn nhà Chú, nhà cao cửa rộng, giàu có của ăn của để, nên anh ngạc nhiên lắm. Nhận ra sự thật "phũ phàng", anh không biết nói chi hơn.

Chơi được ít hôm, hết phép anh phải trở về đơn vị ngoài Trung. Ba cho anh cái đồng hồ có "hai cửa sổ", "ba người lái" và "mười hai cột đèn", (là đồng hồ có ngày, thứ, có 3 cây kim giờ, kim phút, kim giây và 12 chấm sáng), một ước mơ mà anh không bao giờ dám mơ trước kia. Ba cho anh thêm 1 cái "đài" (máy radio), anh thích lắm, cứ mở "đài" nghe suốt ngày, dĩ nhiên là Ba cũng cho anh 1 số tiền dằn túi về quê làm ăn, và không quên gởi ít quà về quê cho bà con ngoài làng.

Tối hôm trước khi về quê, anh mở cái đài nghe suốt đêm, cũng là cái đêm cả miền Nam nhận cái tin oái oăm là nhà nước ra lệnh giới nghiêm 100%, không ai được ra khỏi nhà cho đến khi có lệnh mới.

Có lẽ sợ dân không nghe, loa phóng thanh thông tin suốt đêm, nhà nước thông báo đổi tiền VNCH ra tiền mới cho "mặt trận miền Nam". Cứ 500 đồng VNCH thì đổi được 1 đồng tiền mới, và thêm nữa, mỗi gia đình chỉ được đổi có 300 đồng tiền mới thôi, tiền dư thì nhà nước giữ dùm, khi nào cần thì làm đơn xin rút.

Cả miền Nam kêu trời không thấu, nhà nước ăn cướp một cách tài tình, những nhà có tiền, chỉ cần sau một đêm, hoàn toàn trắng tay, thử hỏi, ai cũng có 300 đồng, thì nền kinh tế nào chịu cho nổi để phát triển, cuộc đổi tiền này đã làm phá sản nền kinh tế miền Nam.

Sáng hôm đó, nhà nước cho ra khỏi nhà, cầm tiền ra phường đổi tiền. Tội nghiệp anh Bắc, mới được Ba cho một số tiền về quê làm ăn, vậy mà anh cũng bị nhà nước ăn cướp, Ba chỉ có 300 đồng thôi, lấy đâu ra cho anh thêm.

Tôi còn nhớ hình ảnh Ba cầm tiền ra phường trong cái sắc nhỏ, Ba chỉ cầm ra có vài trăm ngàn đồng VNCH.

Cán bộ nhà nước thắc mắc:

- Sao ông chỉ có bao nhiêu đây tiền.

Ba tỉnh bơ:

- Tôi chỉ có bao nhiêu tiền đây thôi!

Cán bộ nghi ngờ:

- Nhà ông giàu lắm mà!

Ba phân trần:

- Người ta ác miệng, chỉ là lời đồn thôi!

Vậy là Ba chỉ có 300 đồng như mọi gia đình khác, phần còn lại thì cúng cô hồn nhà nước. Vậy mà cũng có người còn ngây thơ, có bao nhiêu tiền tích trữ đem ra

67

đổi hết, vì họ hy vọng là được nhà nước bỏ vô ngân hàng nhà nước giữ dùm. Sau này, nhà nào có nhiều tiền đem đi đổi là đương nhiên nằm ngay lên danh sách bị đánh tư bản mại sản ngay.

Ngày anh Bắc về quê, Ba cho thêm anh Bắc 1 chiếc xe đạp, bù lại số tiền bị "mất" vì đổi tiền. Gia đình bên Nội tôi có truyền thống anh em rất thương yêu nhau, trên kính dưới nhường. Ba rất thương các cháu, có lẽ Ba nghĩ là "cha chết còn chú", nhưng chú xa quá cũng chẳng lo được chi cho cháu, nên chú rất buồn. Chú cháu gạt nước mắt chia tay.

Đó là lần đầu và cũng là lần cuối chú cháu kẻ Nam người Bắc trùng phùng.

Vào cuối tháng 11- 75, tôi còn nhớ, Ba nhận được lệnh đi "công tác" xăng dầu ở Đồng Hà cả tháng, trước ngày Ba đi "công tác" cho chúng, cả nhà quây quần ăn cơm tối, hôm đó, Má tôi còn kẹt lại ở trong Sài Gòn, Ba thấy chúng tôi quá lo âu, Ba trấn an

- Ba đi công tác như hồi còn trẻ, Má về, nói với Má là Ba đi một tháng là Ba về.

Sáng đó người chia tay các con lên đường "công tác".

Hôm sau Má về, biết được Ba đi mà Má không kịp chia tay, Má khóc hết nước mắt, Ngoại phải dỗ Má. Má lên ngay bàn Phật thắp nhang, râm râm khấn Phật Quan Thế Âm cứu khổ cứu nạn, phù hộ cho Ba mau trở về. Như một phép lạ, khoảng một tuần Ba về đến nhà, cả nhà mừng ơi là mừng, một nỗi mừng khôn tả.

Nhưng chưa kịp hết mừng, thì người lại nhận lệnh "công tác" mới, như lần trước, phải chuẩn bị cơm gạo cho cả tháng "công tác". Má tôi rất lo âu cho người, vì sợ Ba bị lừa như những người sĩ quan đi học tập mười ngày không thấy về. Ba thì lúc nào cũng trấn an Má.

Đây là bữa cơm chót với Người, tôi còn nhớ anh Tư nấu chè "trôi nước" cho Ba ăn, các con thì quay quanh Người nghe Người kể chuyện "công tác" tuần qua, Người thương con, nên chế ra những chuyện vui kể cho các con nghe để các con an tâm đừng có lo lắng cho Người nhiều lắm...

Lúc đó là đầu tháng 12- 75, Ba từ giã vợ con lên đường đi "công tác", được hai hôm, tôi đang chơi đánh bạc cắc với các bạn trong xóm, thì có bác hàng xóm, ở cạnh nhà, chạy đến nói với tôi:

- Con về nhà coi Má bị làm sao, nghe nói Ba con chết rồi!

Tôi giận quá la bác

- Bác nói tầm bậy, Ba con mới đi công tác đây mà.

Nhưng một hai bác kêu tôi về nhà đừng có ham chơi, nghe vậy tôi cũng chạy về nhà nghe thực hư ra sao.

Về đến nhà, thì thấy bộ đội áo cứt ngựa đứng đầy nhà, Má thì khóc la thảm thiết, anh Ba, anh Tư thì cũng khóc rần, cả nhà đầy tiếng khóc, chị Năm, anh Sáu và các em đều khóc theo. Tội nghiệp Ngoại, coi Ba như con ruột, người lấy tràng hạt chuỗi, vừa khóc vừa lâm râm niệm Phật.

Biết là tin sét đánh, hung tin là sự thật, tôi cũng òa khóc như chưa bao giờ được khóc.

Chúng đã cướp mạng sống Ba ở Cam Ranh, di thể Ba còn để ở hiện trường.

Má nghe vậy, mặc dù đầy đau khổ, Má đã chuyển tất cả đau thương thành nghị lực và sức sống, Má bình tĩnh cho người xuống báo cho ông Ngoại Tám ở chợ Đầm biết và dặn ông Ngoại đi kiếm cho Ba một cái áo quan thật là tốt, Má cũng không quên cho người lên chùa Hải Đức và Long Sơn báo cho quý Ôn, quý Thầy biết để xuống tụng kinh cầu siêu cho Ba.

Má cho người đi kêu anh Phiệt về nhà cùng lo với Má chuyện đại sự. Anh Phiệt là cháu ruột, gọi Ba bằng chú, anh mất cha từ lúc còn nhỏ, Ba đưa anh Phiệt vô Nha Trang và đã lo lắng cho anh như con, chúng tôi coi anh như người anh ruột trong nhà.

Sau đó căn dặn các con và Ngoại ở nhà chuẩn bị phòng ốc để Má đi nhận và đưa "di thể" Ba từ trong Cam Ranh về.

Viết những dòng chữ này, đầu óc tôi còn nhớ như chuyện mới xảy ra ngày hôm qua.

Má mướn xe đò chạy vào Cam Ranh, thuở đó xe chạy theo quốc lộ 1. Ngang qua Suối Dầu, Má nói bác tài ngừng xe ngay vườn ông Ngoại Sáu, Má chạy vô khóc và báo hung tin cho ông ngoại Sáu biết. Ông nghe xong, rất bình tĩnh, nói Má đợi ông một tý vì ông cần mua vài lít rượu trắng mang theo, Má không hiểu ông mua rượu làm chi trong lúc này, nhưng nể ông Má không dám nói chi.

Vậy là, trên đường đi nhận xác Ba, có Má, ông ngoại Sáu, anh Phiệt, anh Ba và anh Tư. Đến hiện trường, Ba mất đã hơn 20 tiếng, chúng đã bắn ba nhiều viên và để Ba ra đi trong sự đớn đau tột cùng vì mất máu.

Má kể lại, chân tay, thân thể Ba đã co lại, máu me loang lổ đầy người, trông rất là tội, lúc đó ông ngoại Sáu mới lấy rượu trắng ra rửa xác Ba, và dùng rượu nắn nót các khuỷu tay, khuỷu chân cho nó thẳng lại. Sau khi thân thể Ba nằm thẳng, Ông Ngoại phủ khăn trắng, cùng các anh và Má phụ nhau đưa "nhục thể" Ba ra xe đem về Nha Trang.

Má vừa khóc vừa kể, lúc đó mới hiểu tại sao trước đó ông Ngoại đã bình tĩnh đi mua rượu trắng, nếu không có mấy lít rượu trắng, thì không biết làm sao.

Xe đưa Ba về đến nhà trời đã tối, hàng xóm, bà con nghe hung tin kéo lại nhà đông nghẹt, quý Ôn, quý Thầy trên chùa xuống đầy đủ, Má vừa gặp các Ôn là Má oà khóc lên, Má đau khổ vừa khóc vừa níu áo cà- sa Ôn Trụ Trì làm cho cà- sa Ôn rách toạc, các Ôn chỉ có chấp tay và nói "A Di Đà Phật, đời vô thường, "chị" đừng khóc nữa, hãy giữ gìn sức khỏe mà nuôi 10 đứa con".

Tối hôm đó làm lễ nhập liệm, nhập quan cho Ba liền, quý anh em trong gia đình Phật tử cũng đến đầy đủ, bà con hàng xóm láng giềng đến kín cả nhà đọc kinh tiếp dẫn cho Ba.

Qua ngày hôm sau, bạn bè, học trò, anh em trong gia đình Phật tử, bà con gần xa, nghe hung tin đều đến viếng và chia buồn với Má.

Ở nhà, lúc nào cũng có một phái đoàn quý Thầy trên Phật Học Viện được các Ôn gởi xuống tụng kinh Địa Tạng cho Ba không ngừng. Lúc nào cũng có ít nhất ba

Thầy tụng kinh, các Thầy này mệt, thì có các Thầy khác thế, tiếp tục tụng từ quyển hạ đến quyển thượng, cứ thế mà luân chuyển đọc không ngừng.

Không nhớ Thầy nào giao tôi nhiệm vụ ngồi đánh chuông "đại hồng chung" được quý Thầy đưa từ chùa xuống, khi tiếng chuông ngân vừa dứt là tôi đánh mạnh một tiếng boong..... Nếu tôi mệt thì có anh Sáu thay thế. Hai anh em túc trực 24/24.

Các anh lớn và chị Năm, thì túc trực bên Má, cạnh quan tài của Ba để canh chừng nhang khói, đèn cháy không ngừng, khi nào có người đến viếng, thắp nhang lạy, thì các anh lớn phải lạy đáp trả lại.

Tôi nhớ ngày phát tang, các anh em con trai đều mặc đồ tang vải sô, chít khăn tang và đội mũ rơm, đeo đai rơm và mang gậy. Các con gái thì chỉ mặc đồ tang vải sô và chít khăn tang, riêng Má thì đội nón tang làm bằng vải sô. Lúc di quan, anh Ba và anh Tư nằm xuống cho các thầy đưa quan tài đi ngang.

Ngày qua ngày, người đến viếng Ba càng ngày càng đông, cả con đường trước nhà không có chỗ đậu xe. Ngày di quan, người ta xếp hàng trước nhà đưa tiễn Ba, cả con đường Hồng Bàng không đủ chỗ cho người ta đứng xếp hàng. Ba là một huynh trưởng trong gia đình Phật tử, nên quý Ôn, quý Thầy, quý Cô thương mến Ba nên đến rất là đông, phái đoàn Tăng Ni, gia đình Phật tử thật là hùng hậu, đó là chưa kể bà con lối xóm, láng giềng đồng nghiệp gần xa.

Chính quyền địa phương không ngờ số người đến tiễn Ba ra nơi yên nghỉ ngàn thu quá đông, chúng cũng không ngờ phái đoàn Tăng Ni quá hùng hậu, chúng đâm ra sợ hãi, chúng kêu gọi đám đông giải tán, nhưng không có ai chịu bỏ đi, chúng vô nhà kêu Má lên làm việc và ra lệnh cho Má nói đám đông phải giải tán vì lý do an ninh. Má không chịu, Má nói "Người ta tiếc thương chồng tôi, người ta tới tiễn đưa là chuyện thường thôi, nghĩa tử là nghĩa tận các ông có biết không? ".

Chúng ra lệnh cho Má, vì lý do an ninh, phái đoàn đám tang chỉ được có 7 xe thôi, 1 xe chở quan tài, 1 xe chở quý Tăng Ni, 4 xe chở gia đình và 1 xe lính bộ đội để giữ an ninh cho đoàn. Lộ trình đưa tang chúng cũng quyết định, chúng ra lệnh cho xe ra thẳng nghĩa trang ngoài Đồng Đế.

Nhưng Má nhất định không chịu, sau khi thương lượng chúng chấp nhận cho đoàn xe tang chạy ngang đường Phước Hải, lúc đi ngang tiệm Rồng Vàng đoàn xe tang ngừng lại cho Má vào thắp nhang và để cho Ba ghé ngang nhà lần cuối theo tục lệ cổ truyền, ngược lại Má chấp nhận ra nói bà con giải tán.

Tương kế, tựu kế, Má ra ngoài nói với các bạn bè, bà con, quý đạo hữu:

- Nhà nước chỉ cho đoàn xe tang đi 7 chiếc xe thôi, ai là người thương anh, muốn tiễn anh, thì hẹn nhau tại nghĩa trang Đồng Đế.

Trên đường đưa tang, bà con đứng hai bên đường rất đông tiễn đưa Ba, 1 xe bộ đội chạy đẳng trước dẫn đường, một xe thùng chở đầy bộ đội chạy phía sau để canh đoàn xe. Ra tới nghĩa trang, ôi thôi là người, bà con láng giềng đứng đầy chung quanh mộ Ba. Thấy vậy, chúng liền lập tức ra lệnh cho hai xe bộ đội chia người ra đứng chung quanh huyệt Ba, có lẽ chúng sợ Má tuyên bố chi đó trước đám đông nên chúng phòng bệnh hơn chữa bệnh, canh phòng cẩn mật ngay từ đầu, nếu Má có hành động chi là chúng dập tắt ngay liền.

Sau đám tang, Má phải đối diện với thực tế, Má phải cố gắng để nuôi 9 đứa con, ngày đó Má vừa hơn 50 tuổi. Quý Ôn, quý Thầy rất thương Ba, trong vòng 100 ngày đầu, tối nào cũng có ba thầy trên chùa Hải Đức hay Long Sơn xuống tụng kinh cầu siêu cho Ba. Tối nào anh em chúng tôi cũng ngồi tụng kinh cùng quý thầy và chúng tôi đều ăn chay trong 100 ngày đầu mất cha.

Đặc biệt có thầy Phước Châu, Thầy là người cùng quê với Ba, Thầy hay ngủ lại nhà, phòng thầy ngủ sát phòng tôi. Tôi để ý, trước khi đi ngủ, thầy ngồi trên giường, xếp bằng để thiền. Tôi hay tò mò, hay hỏi Thầy thiền nghĩa là sao, Thầy nói "Con cứ nhất tâm niệm Phật là được", sau này nhờ vậy mà tôi tập được thói quen là trước khi ngủ lúc nào cũng niệm Phật.

Có lúc Tôi hỏi Thầy:

- Thầy ơi, coi con có tu được không thầy!

Thầy nhìn tướng rồi cười hiền từ:

- Thôi mi đừng có tu, vì mi đi tu là phá đạo và hại đời.

Thầy Phước Châu cũng là người gốc Quảng Trị, lúc đó ôn Trường San đã rất yếu, Ôn Trí Thủ muốn Thầy Phước Châu lên làm trụ trì để giữ cái gốc Quảng Trị cho chùa Hải Đức cũng như là Phật Học Viện, nhưng với chính sách cộng sản là vô thần, tôn giáo là thuốc phiện, nên chúng đuổi Tăng Ni ra khỏi chùa, chúng đuổi Tăng Ni về quê quán cũ, cho nên một số Tăng Ni phải ra đời, Thầy nào cứng rắn thì bị giáng tội "phản động" bắt đi tù cải tạo hết, Thầy Phước Châu bị đi tù cải tạo hết mấy năm, sau đó thầy bị ép về Quảng Trị.

Ra tù, Thầy bị đày về quê quán gốc, thầy làm trụ trì một chùa ngoài quê Quảng Trị. Mặc dù bận biết bao công việc Phật pháp, đường xa cách trở, nhưng không có bữa giỗ nào của Ba vắng mặt Thầy. Thời đó đâu có điện thoại liên lạc dễ dàng như bây giờ, cứ sắp đến ngày giỗ Ba, chúng tôi thấp thoảng chờ đợi Thầy vô, nghe tiếng chó sủa đầu đường là chạy ra coi có phải Thầy vô đến không, và không bao giờ Thầy lỡ hẹn, giỗ Ba lúc nào cũng có Thầy chứng minh tụng kinh cầu siêu cho Ba...

Ngoài ra cũng có Sư Cô Phương lúc nào cũng ở gần Má. Ở Sài Gòn, Sư Cô bị nhà nước ép về quê tận ngoài Huế, nhà nước không cấp cho Sư Cô hộ khẩu ở lại chùa. Má đề nghị Sư Cô về nhà Hai Bà Trưng ở và tu tập ở đó. Đầu năm 80, chúng ập vào nhà bắt Sư Cô đi tù vì tội "cất giữ tài liệu giáo hội phản động chống phá nhà nước". Nghe nói đợt này chúng bắt khá nhiều tăng ni trong giáo hội Phật Giáo Việt Nam Thống Nhất đi tù. Căn nhà này bị nhà nước cướp lấy từ đó mà không bao giờ trả lại cho Má, mặc dầu nhà nước có chính sách trả nhà lại cho dân.

Năm 2006 tất cả anh em chúng tôi có về gặp lại Thầy Phước Châu và Sư Cô Phương sau hơn 25 năm xa cách. Trông Thầy rất khỏe mạnh, phương phi như là một Đạt Lai Lạt Ma vì hàm râu quai nón của Thầy. Sư Cô rất vui vẻ, ra tù trở về chùa cũ và sau lên làm trụ trì. Sư Cô dạy chúng tôi cắm hoa sen dâng lên Phật nhân ngày thượng thọ Má.

Sáu tháng sau, về lại Bruxelles, nghe tin Thầy và Cô nhắm mắt thu thần, quy tiên về cõi Phật. Đôi dòng chữ này là để tưởng nhớ đến vị Thầy, Cô kính yêu.

Quý Ôn khác, bây chừ cũng đã thu thần quy về cõi Phật, Ôn Chí Tín vẫn còn làm Trụ Trì chùa Long Sơn, quý thầy, có một số vượt biên qua được bên Mỹ, Úc hay Âu Châu, quý thầy đó bây chừ là Hoà Thượng, các thầy hoằng pháp Phật pháp nơi xứ người và tranh đấu cho Việt Nam dân chủ hạnh phúc.

# Chương 5:
# Tháng ngày vắng Cha

Chuyện tình nào mà không đến hồi kết cục. Chuyện tình Ba Má cũng không ngoại lệ, nhưng chuyện tình của Ba Má kết thúc bi thảm quá!

Ngày Ba quy tiên, tuổi Má chưa được 50 mà phải gánh chịu gánh nặng chín đứa con và người Mẹ già.

Hè 1977, Tôi thi vào trường cấp 3 Lý Tự Trọng, sau khi thi xong thì tôi bị bịnh sốt rét đến cấp 3+ (đơn vị sốt rét ngày đó), nếu lên đến cấp 4+ là đem đi chôn luôn. Má phải đưa tôi lên bệnh xá phường nằm. Tội nghiệp thằng Hai, bạn thân tôi, nó thấy tôi nằm ngáp ngáp, nó thương tôi, về nhà ăn cắp mấy viên thuốc dầu cá và vài viên thuốc vitamine C của Ba nó đem cho tôi uống. Không biết có phải nhờ thuốc nó cho hay nhờ công ơn của Má tận tình chăm sóc, tôi qua được cơn sốt rét ngặt nghèo. Vừa bớt bịnh, còn yếu đi chưa nổi, nghe trường Lý Tự

Trọng tuyên bố đọc tên các học sinh trúng tuyển vào cấp 3.

Má vừa dắt xe đạp vừa nói:

- Vinh con lên xe ngồi để Má chở đi nghe tên kết quả đậu rớt.

Tôi mắc cở:

- Con là con trai, sao để Má chở, coi không được... Má nhờ đứa nào đi nghe kết quả dùm con đi.

Má nói như ra lệnh:

- Con lên xe để Má chở đi, đừng có nhiều chuyện.

Tôi đành lên sau xe ngồi, để Má đạp xe đưa tôi đi nghe tên trên bảng vàng. Tội nghiệp Mẹ già, ì ạch đạp xe đưa con đi nghe kết kủa đậu rớt. Hai Mẹ con ra đến trường, thấy rất đông phụ huynh học sinh đã đứng đầy. Đứng đợi không lâu, ban giám khảo tuyên bố đọc kết quả, ai nấy cũng hồi hộp, ông đại diện ban giám khảo mới đọc được có vài tên là có tên tôi ngay, mừng ơi là mừng, không uổng công Má chở tôi đi. Ngày đó Má vui lắm. Riêng tôi không ngờ mình lại đậu cao như vậy.

Nhớ lại ngày ấy, sao thấy thương Má quá.

Vì cái tình thương con, Má phải gánh chịu không biết bao nỗi khổ đau, tủi nhục. Má đã chịu không biết bao nhiêu áp lực, từ miếng ăn hàng ngày, giữ từng tấc đất, góc nhà để không cho nhà nước mượn hoặc cướp, Má chỉ có một điều tâm niệm là nín thở ráng lèo lái đưa đàn con qua sông đến nơi đến chốn.

Ngày đó tôi còn quá nhỏ để hiểu và chia sẻ tâm tư, nỗi đau uất ức của Mẹ.

Ngày nay, tôi đã ngoài 50, nhưng vẫn không thể tưởng tượng, so sánh được cái can đảm, can trường của Má ngày ấy. Cả đời tôi cảm phục tấm gương của Người.

*

Kể từ đầu năm 1976, chúng tôi mới thực sự cảm thấy thiếu Ba, chúng đã cướp đi người cha chúng tôi. Đời sống gia đình gặp khó khăn, Má tôi phải cho các chị giúp việc đi về quê. Ngoại nấu cơm cho chúng tôi ăn học. Ngoại hay làm cá chiên với nước mắm kho, hương vị miền Trung ngon tuyệt.

Vào khoảng giữa năm 1976, nhà nước lại ra lệnh đổi tiền thống nhất, một đồng tiền miền Nam chỉ đổi được có 80 xu tiền miền Bắc hay tiền thống nhất Nam Bắc. Và cũng như lần trước, chỉ đổi được một số tiền, phần còn lại thì nhà nước giữ dùm trong ngân hàng tiết kiệm, muốn lấy ra phải làm đơn, phải có lý do chính đáng.

Trời hỡi trời, tiền mình mà mình phải xin, phải lạy để được lấy ra xài, có ngân hàng nào trên thế giới giống như ngân hàng siêu việt nước Việt Nam Xã Hội Chủ Nghĩa!

Sau lần đổi tiền này, kinh tế miền Nam thật sự kiệt quệ, mọi thứ trong nhà cứ thay nhau ra đường bán, người mua là những cán bộ miền Bắc hay cán bộ tập kết, họ dư tiền, tha hồ mà mua đồ "ngụy quân, ngụy quyền" bán đổ bán tháo.

Tôi còn nhớ, mới đầu là bán bộ ghế salon, rồi đến một cái bàn học, cái tủ áo, tủ áo bán rồi thì đến áo quần đẹp cũng bán luôn, cái nào bán được là cứ bán để kiếm tiền sống. Hết đồ bán thì đến bán đồ trang sức, đồ kỷ niệm, lúc cái đồng hồ "ba người lái", lúc cái đài (radio), lúc cái xe đạp... Nhà giáo quý nhất là sách, mà cũng bán luôn sách, cái gì bán được là người ta bán ra đường để kiếm tiền sống.

Nhờ chuyện "bán đồ cũ" nó mới nảy sinh ra cái nghề mối lái bán chợ trời, và nó cũng tạo công ăn việc làm cho một số người không còn biết làm chuyện gì ngoài cái chuyện chạy "áp- phe" cho người bán và người mua để kiếm huê hồng sống qua ngày. Người bán thì lúc nào cũng là phu nhân, quả phụ sĩ quan Việt Nam Cộng Hòa, hay là người có chồng đi tù cải tạo, người mua thì lúc nào cũng là cán bộ, vì họ mới vô Nam, nên thấy cái gì cũng thích, cũng muốn mua.

Thời buổi này, ai mà có trong túi được vài chục đồng kể như là giàu. Tôi nhớ, giáo viên, công nhân nhà nước lãnh lương không hơn 15 đồng một tháng. Chợ búa không còn được mở tự do, chỉ có các cửa hàng quốc doanh nhà nước là được phép mở cửa, bán hàng quốc doanh theo tem phiếu nhà nước hay theo sổ hộ khẩu (sổ gia đình). Các cửa hàng này lúc nào cũng đông nghẹt người xếp hàng từ sáng đến tối để chờ đến phiên mình được mua. Cho nên mới có câu vè cửa hàng quốc doanh Xã Hội Chủ Nghĩa (XHCN) là "xếp hàng cả ngày", chính sách XHCN "xạo hết chỗ nói" và nhà nước XHCN đưa cả đất nước "xuống hàng chó ngựa" thật không sai.

Đồ trong nhà, không chân mà cứ chạy hết ra đường đến khi không còn thứ nào để bán, nhìn lên trần nhà, gỡ bớt cái bóng đèn, gỡ cái quạt trần ra bán nếu cảm thấy không cần thiết. Thậm chí không còn gì để bán thì người ta bắt đầu bán máu để đổi lại một khúc bánh mì bồi dưỡng và thêm vài đồng đi mua gạo về nấu cháo.

"Phú qúy sinh lễ nghĩa, bần cùng sinh đạo tặc".

Đất nước không tạo ra công ăn việc làm, dân không có tiền sinh sống, không có miếng ăn miếng mặc thì sanh ra tệ nạn ăn cắp, ăn trộm, ăn cướp. Người ta có thể ăn trộm ăn cắp bất cứ thứ gì. Người ta ăn cắp từng củ khoai, từng ngọn rau, hột gạo. Ăn cắp từng muỗng dầu ăn, từng cục đường tán, từng lạng mỡ, miếng bánh mì hay tấm giẻ rách. Chưa bao giờ người ta đi ăn cắp một cách thấp hèn như vậy.

Có những người tôi biết trước 1975, chẳng hạn chồng bà Sáu là sĩ quan VNCH, nhà cũng có miếng ăn miếng mặc, vậy mà sau ngày 30- 4- 75, chồng đi tù cải tạo, ở nhà thì một bầy con nheo nhóc, mà còn phụng dưỡng thêm cha mẹ chồng. Tôi còn nhớ một lần, bà Sáu khổ quá, không biết làm chi kiếm ra tiền để sống, nên bà ta đi từng nhà trong xóm xin làm việc, bà làm tất cả mọi việc, từ chùi nhà, giặt giũ quần áo, chẻ củi, nấu cơm, đi chợ, đổi lại người ta trả cho bà miếng cơm hay ít tiền.

Má tôi có lúc cũng nhờ bá Sáu qua giúp việc nhà. Một hôm nhà có giỗ, làm bánh cúng ông bà, trong lúc Má tôi vắng mặt lên nhà trên, dưới bếp, bà Sáu lấy bớt đi vài muỗng đường và hình như bà thèm ngọt nên đã không kềm nổi, ăn vụng một ít đường; Má tôi biết nhưng làm lơ như không thấy chi hết.

Tôi thấy làm lạ, đợi bà Sáu về rồi mới hỏi Má:

- Sao Má không la bà Sáu!

Má nhìn tôi hiền từ:

- Tội nghiệp bà Sáu con ơi! Một hai muỗng đường có là bao nhiêu so với cái nhân phẩm của bà Sáu. Người ta cũng vì miếng ăn nên mới muối mặt làm những điều chẳng đặng đừng như vậy.

Má ưu tư:

- Có ai muốn làm vậy đâu con. Thôi con, mình cứ làm ngơ để cho bà Sáu còn thể diện để sống với bà con lối xóm nữa!

Đó là bài học nhân phẩm, tấm lòng nhân hậu tôi đã học được nơi Má kể từ ngày hôm đó.

Kinh tế kiệt quệ, nhà nước lại giở thêm trò kiểm soát miếng ăn, cứ đến giờ ăn cơm là có ông tổ trưởng này, bà hội trưởng nọ hoặc là anh công an khu vực thay phiên nhau đến thăm nhà, mục đích coi nhà người ta ăn cơm gì, có còn trưởng giả không. Nếu ăn cơm trắng với thịt là nhà còn giàu, nhát lao động, không biết chia sẻ. Nếu để họ gán vào những từ này, ai cũng sợ hết, coi như bị đi vùng "kinh tế mới" sớm.

Ngoại tôi lúc nào cũng nấu hai nồi cơm, một soong cơm trắng và một soong cơm độn bắp hoặc khoai mì, khi có người vô thăm bữa cơm bất tử, Má phải đem dấu đi nồi cơm trắng, dấu đi các đĩa thịt cá, chỉ để lại các đĩa rau, trứng và xoong cơm trộn và chén nước chấm thật lớn coi như chúng tôi phải ăn cơm độn bắp hoặc khoai mì trộn với nước chấm và rau...

Mỗi sáng, Ngoại dậy thật sớm, quét sân, quét nhà, sau đó kêu vào nhà một gánh xôi, hay gánh bánh hỏi, bánh bèo, mua cho mỗi đứa một phần ăn sáng, sau đó kêu chúng tôi dậy sửa soạn ăn sáng đi học. Má tôi thì đi chợ, mua thức ăn cho ngày, về nhà, Ngoại phụ Má nấu cơm, làm thức ăn, chúng tôi chỉ biết đi học, sau đó là phủi đít đi chơi. Nghĩ lại, sao mà hư quá!

Xế chiều, Ngoại hay kêu gánh đậu hũ, mua cho mỗi đứa một chén.

Cạnh bên phòng Ngoại có cây trầu rất sai lá, cây trầu leo lên cây trùm ngây, cây này cũng lớn nhanh lắm, cứ ra đọt non là Ngoại hái vô nấu canh với tôm khô ngon tuyệt. Tôi còn nhớ lúc lá trầu già, nó có cái vỏ, chúng tôi ngắt cái vỏ này làm kèn, bỏ vào miệng thổi kêu te te cũng thú lắm. Nhiệm vụ của tôi là chiều nào cũng phải xách nước giếng tưới cây trầu cho Ngoại. Cây trầu sai lá, là Ngoại hái đem ra chợ bán, được đồng nào hay đồng đó, được bao nhiêu Ngoại lại mua chè, bánh về cho đám con cháu.

Thuở đó, vào những năm đầu sau 1975, nhà tôi còn có cái vườn cây ăn trái trên Suối Dầu, đây là nguồn sống còn lại cho gia đình. Tôi và anh Sáu hay lên trên đó thường xuyên để trông coi vườn.

Ngoại tôi cũng hay đi lên vườn, ngày đó xe cộ ít và rất là hiếm.

Xế chiều đón xe đò, xe lam đi từ Cam Ranh, Ba Ngòi chạy về Nha Trang, nhưng xe ra đến Suối Dầu là không còn chỗ ngồi nữa, hên lắm là còn chỗ đứng.

Ngoại lúc đó cũng qua cái tuổi "thất thập cổ lai hy", vậy mà Ngoại cũng còn rất khỏe, dám đứng ngoài bìa xe lam, một tay vịn xe, tay kia thì ráng cầm giỏ xoài, giỏ ổi đem về cho con cháu thêm miếng ăn. Có lẽ vì thương con cháu mà Ngoại quên đi sự nguy hiểm, khổ đau cho thân xác Ngoại. Nghĩ lại điều này, tôi khâm phục Bà

Ngoại nói riêng, nghiêng mình trước những bà Mẹ Việt Nam đã hết mình hy sinh cho con cháu, nói chung.

Thời gian này, Má không còn "dám" mướn người chăn bò nữa, vì sợ lại mang thêm tội "đại điền chủ", nên tôi và anh Sáu trở thành Cow- Boy lên sống trên vườn, trông nom vườn tược và luôn tiện đi chăn bò luôn.

Ai bảo chăn trâu là khổ!

Bây giờ ngồi nghĩ lại, không ngờ mình cũng từng làm cái nghề thấp nhất trong xã hội nhưng lại là vui thú nhàn hạ nhất cuộc đời.

Ngày đó, mới ở tỉnh lên vườn chăn bò, lùa đám bò ra đồng, làm sao nhận ra con nào của mình, con nào của người ta mà lùa về chuồng. Bác Ngô nảy ra cái ý quẹt sơn trắng vào đầu bò để làm dấu, đến tối thấy con nào có sơn trắng trên đầu là biết là bò của mình là lùa về. Mãi vài tháng sau chúng tôi mới nhận ra được ra mặt bò và không còn lộn nữa.

Có những hôm ham chơi với đám trẻ mục đồng, ham đá dế, ham bắn chim, ham tắm suối, ham bày lau tập trận, đàn bò được thả lỏng, chẳng ai canh chừng, đàn bò ham ăn, lủi vào ruộng bắp mà ăn rồi đi lạc vô đến chân núi. Người ta đồn, núi Suối Dầu có cọp, ban đêm "Ông Ba Mươi" hay xuống núi kiếm mồi, nên ít ai dám vô núi ban đêm (người ta thường nói: cọp Khánh Hòa, ma Bình Thuận!), chúng tôi về nhà, kêu thêm các bác, các anh hàng xóm, người vác rựa, người cầm lưỡi liềm, người cầm mã tấu, cầm đuốc đi một đoàn vô núi kiếm đàn bò lùa về, nhớ lại cảm thấy sợ mà thú vị làm sao.

Buổi tối, nhà ở trên miệt vườn buồn lắm, tối đến là trời tối đen như mực, đom đóm bay lập lòe ngập trời, lúc đó chỉ biết chui vào mùng ngủ, đến sáng lại lùa bò ra chăn. Cứ hai ba ngày là Má hoặc Ngoại lên vườn tiếp tế lương thực. Má, Ngoại đem thịt cá lên cho các con, trên đường lên Suối Dầu, xe lam hay ghé lại Thành cho bà con mua đồ ăn, uống nước giải khát, bỏ khách xuống và lấy khách mới. Lúc đó, Má, Ngoại không bao giờ quên mua cho chúng tôi mỗi đứa một bịch bánh ướt trắng, được rắc lên mặt một ít tôm khô xay nhuyễn, ăn với nước mắm pha loãng với chanh đường ớt...chỉ có vậy thôi, sao mà ngon đáo để, hương vị mùi bánh ướt trên Thành nó cứ bám mãi đời tôi. Đến ngày hôm nay tôi vẫn còn thèm mùi bánh ướt đó.

Nhiều bữa hết đồ ăn, Bác Ngô hái rau, luộc cho chúng tôi ăn. Đói bụng, cái gì tôi cũng ăn, nên từ đó tôi biết ăn rau dền, đọt khoai và nước mắm với cái trứng dầm.

Trên vườn chúng tôi cũng nuôi một đàn gà, Má là Phật tử thuần thành, nên chúng tôi không bao giờ giết gà ăn thịt, chỉ nuôi lấy trứng thôi. Ngày đó, trứng là món ăn xa xí phẩm cho các bữa cơm.

Tôi và anh Sáu không có ăn cay như những người nhà quê, đến giờ ăn cơm, họ hái một nắm ớt xiêm, cứ và một miếng cơm là cắn một trái ớt cái rột ngon lành, nhai rơm rớp thấy ớn luôn. Tôi và anh Sáu thì làm một chén nước mắm, dầm vô một trái ớt và vài cái trứng gà luộc ăn chung với rau luộc.

Những người nhà quê này thương chúng tôi lắm, vì biết chúng tôi là dân ở thành thị, vì đổi đời mới lên đây làm vườn chăn bò.

Có hôm, họ thách tôi và anh Sáu:

- Nếu các con dám ăn một trái ớt sống, thì Bác sẽ cho con gà mái lấy trứng ăn cơm!

Nghe vậy, tôi và anh Sáu vẫn cứ phớt lờ, chớ dại chi ăn trái ớt cho cay thấu trời xanh. Nhưng các bác cứ hay chọc ghẹo chuyện ăn ớt nên anh Sáu lên cơn gan lì, là cái tính của anh, quyết định là chơi liền không sợ.

Anh hỏi gặng:

- Bác có chắc cho con gà mái tơ nếu con dám ăn một trái ớt?

Bác cười cười:

- Ừ, Bác hứa, nhưng phải nhai trái ớt trong miệng cho nát rồi nuốt xuống chớ không được nuốt trọng.

Anh Sáu, cầm trái ớt xanh đỏ, bỏ vào miệng nhai rào rào, rồi hả miệng khoe trái ớt đã nát trong miệng, sau đó nuốt xuống cái ực...

Bác giữ lời hứa, cho anh Sáu chọn một con gà mái tơ trong đám. Nhờ vậy, từ đó, anh em tui cũng biết ăn cay không thua gì dân nhà quê.

Đầu năm 1978, nhà nước đánh "tư sản mại bản", tịch thu tài sản những người chúng cho là nhà giàu, có cửa tiệm buôn bán, chưa đủ, chúng đuổi người ta đi "kinh tế mới" chúng ép người dân có đất, có vườn vào "hợp tác xã".

Nhà tôi coi như thuộc diện "tư bản" nhà giàu dưới con mắt của nhà nước, chúng trù dập gia đình, chúng xông vào nhà cướp cạn giữa ban ngày như là chuyện đương nhiên.

Tôi còn nhớ, ngày đó, Má thì bị cơ quan phường mời lên làm việc, mỗi ngày như mọi ngày, chuyện mời lên phường làm việc là chuyện bình thường, chúng tôi chẳng có nghi ngờ chi hết, chúng tôi đều đi học hết, có ngờ đâu, trên phường chúng đọc văn bản buộc tội Má thuộc loại "tư bản", chúng được quyền kiểm kê tài sản.

Sau khi đọc xong văn kiện bản án viết trước, chúng giữ Má lại đến trưa, chúng đưa Má về nhà cùng một đoàn "thanh niên cờ đỏ" đến khám xét nhà, chúng lục từng học tủ, gõ xuống nền gạch bông, cạo từng cột đèn, rũ từng cái áo, thọc nóc nhà, đổ bị gạo, không có chỗ nào mà chúng không kiểm soát.

Má tôi ra lệnh cho chúng tôi phải bình tĩnh, không được nóng nảy, chúng muốn lấy gì thì cứ lấy, các con không nên cản ngăn. Má sợ nhất là anh Sáu lên cơn "anh hùng" chống lại chúng là làm hư chuyện, nên căn dặn anh Sáu tới lui nhiều lần. Dược lệnh Má, chúng tôi răm rắp làm theo những gì "cờ đỏ" nói.

Đến chiều chúng kiểm soát xong, lấy đi hết các máy chụp hình, máy chiếu phim, tịch thu tất cả các cuộn phim quay cảnh ngày đại gia đình về làng năm 69 với tội chứa chấp "phim, tài liệu phản động", thế là tất cả kỷ niệm Ba Má về làng đều mất hết. Chúng lấy luôn các bộ ly chén đồ quý, lấy đi vài cây vàng Má giấu trong tủ quần áo, cướp đi cái đồng hồ Rolex cuối của Ba, cướp luôn số tiền mặt, tiền Má vừa mới bán sỉ vựa trái cây trên vườn.

Hàng xóm đứng lấp ló ngoài cửa tò mò nhìn vào nhà tôi coi bị kiểm kê "cướp cạn" như thế nào. Chúng chất hết đồ tịch thu lên xe và bắt Má tôi trở lại phường làm việc tiếp tục.

Thật là một ngày kinh hoàng, nhà mình đang ở mà chúng vô chỗ nào cũng được. Đồ đạc, máy móc trong nhà cha mẹ đổ mồ hôi nước mắt mới mua được mà chúng lại đương nhiên cướp của, tịch thu cho nhà nước. Đúng là dân cướp cạn.

Sau đợt đó, cửa tiệm Rồng Vàng bị nhà nước mượn làm "hợp tác xã" để đan chiếu và làm "tổ hợp thêu".

Cái vườn trên Suối Dầu thì nhà nước khuyên Má tôi nên hiến cho vào hợp tác xã, sáng sáng chúng đánh kẻng cùng nhau ra đồng làm nông; Má nhất định không chịu, Má tôi nói "các ông muốn lấy thì cứ lấy chớ tôi không có hiến cái gì hết". Má tôi ra lệnh cho các con lên vườn phá cái nhà ra, lấy mái tôn, lấy cửa sổ, cửa cái ra vào, cột nhà đem ra chợ bán được đồng nào thì bán. Thậm chí có người đến vườn xin chặt mấy cây mít già để làm cột nhà, Má tôi cũng cho chặt luôn, nhất định không để cho chúng lấy tự nhiên được. Cuối cùng cũng không cưỡng lại được, Má tôi cho không bác Ngô một mảnh vườn, phần còn lại thì sung vào hợp tác xã nhà nước.

Hè năm 1978, anh Sáu thi đậu vào trường Đại Học Hải Sản Phú Khánh mà không được đi học vì cùng lúc đó, anh nhận được giấy báo "trúng tuyển nghĩa vụ quân sự", lại một mỹ ngữ đồng nghĩa là bị bắt đi lính bộ đội. Nhà nước năm đó đưa các anh ra chiến trường xâm lược Campuchia. Mùa hè năm đó Má buồn lắm, Má lo sợ lại mất thêm đứa con!

Khoảng tháng 9- 78, được tin đơn vị anh đóng quân ở Đèo Son, Qui Nhơn, nơi cục hậu cần "tải đạn". Má lặn lội ra Đèo Son thăm con, lội bộ không biết bao nhiêu cây số, Má chỉ được gặp anh có 5 phút ở phòng khách quân đội, mẹ con nhìn nhau nhiều hơn là nói, Má đưa vội đồ thăm nuôi cho anh và căn dặn anh đủ điều. Tội nghiệp Má, đi mất hết mấy ngày đường, lội bộ hết chục cây số mà chỉ được gặp con có vài phút thôi.

Sau đó ít lâu, nhà tôi lại nhận giấy "trúng tuyển" được chọn đi kinh tế mới. Đây là tin sét đánh rớt xuống nhà tôi, trên phường nói với Má là gia đình bà thuộc diện đi kinh tế mới, đi vùng Đất Sét, trúng tuyển đi lao động khai hoang vùng đồng khô cỏ cháy. Lại thêm một mỹ từ cộng sản đặt ra khi bắt người ta làm chuyện không muốn.

Má lật đật lên phường phân trần:

- Nhà chỉ có bà già và con gái, lên kinh tế mới thì làm sao sống.

Cán bộ phường:

- Nhà bà có bốn lao động chính là bà, cô Công và hai đứa con lớn (chị Năm và tôi), gia đình bà thuộc diện "trúng tuyển" đủ người lao động trên kinh tế mới!

Má lại phân trần:

- Cô Công là cháu không được tính vào thành viên gia đình, con gái lớn (chị Năm) thì sắp cắt hộ khẩu đi học sư phạm nhà nước, cháu trai (là tôi) thì đã thoát ly đưa hộ khẩu xuống công ty điện lực Khánh Hòa, nhà chỉ còn bà cụ, và mấy đứa con nhỏ, thì làm sao "trúng tuyển" thuộc diện đi kinh tế mới được.

Má đánh điện tín về Quảng Trị, nói bác Huyền vô đưa chị Công về quê, cắt hộ khẩu chị Công ngay lập tức.

Hú hồn, nhà thoát được trong gang tấc đi kinh tế mới. Ngày đó mà đi kinh tế mới, thì căn nhà từ đường Hồng Bàng sẽ bị nhà nước mượn làm trụ sở chi đó. Còn chúng tôi, không chừng đã bỏ mình trên rừng thiêng nước độc.

Thuở đó, lao động là vinh quang, lang thang là chết đói, hay nói thì ở tù, lù khù là đi kinh tế mới.

Nhà nhà tăng gia sản xuất, đất trống là trồng rau, trồng cà. Nhà lớn, sân trống là nuôi gà nuôi heo và nuôi ngay tại trong nhà như nuôi chó nuôi mèo. Không gian cũng không được bỏ trống, chỗ nào nhìn thấy được mây trời là biến thành ngay giàn bầu, giàn mướp hay giàn nho...

Để gia nhập trào lưu nhà nhà tăng gia sản xuất, nhà Má tôi cũng không thoát khỏi cảnh đó. Sân cỏ biến thành một vườn rau, cuối sân là một chuồng gà, bên cạnh chuồng gà là chuồng heo.

Mỗi lần đi vườn về là đèo theo thân cây chuối "mốc", để Má thái nhỏ ra cho heo ăn, sau khi Má thái ra, tôi lại có thêm nhiệm vụ giã cối chày cây chuối để nấu cám heo, cám gà, kiêm luôn nhiệm vụ xách nước giếng tưới các "thềm" rau, "thềm" cà, giàn bầu, giàn mướp...

Thời kỳ đó, anh Ba lấy vợ ở Sài Gòn, nơi căn nhà Hai Bà Trưng, anh Tư đi học nội trú ở Sài Gòn, anh Sáu đi bộ đội, tôi coi như lâm vào cảnh "thời thế tạo anh hùng", đương nhiên làm anh trai lớn nhất nhà, bên cạnh Má và chị Năm. Mặc dù đã cắt ly hộ khẩu, sổ gia đình, nhưng tôi không ngủ nội trú và ăn cơm trên cơ quan. Tôi vẫn thường về nhà ăn cơm và ngủ ở nhà. Tự phong cho mình "lãnh" trách nhiệm nhà, mà chẳng làm được điều chi ngoài ba cái chuyện đánh lộn với cờ đỏ và côn đồ trong xóm, tạo không biết bao nhiêu phiền toái cho Má.

Trong xóm tôi, có mấy thằng phá lắm, tụi nó lúc nào cũng chọc ghẹo mấy đứa em gái tôi, hết ghẹo em gái thì lại phá nhà. Tôi tức lắm nên quyết định ra tay đánh thằng đầu đàn trong xóm, nó bự con hơn tôi nhiều.

Đêm đó, ngày luận kiếm thư hùng đã đến, chúng tôi hẹn nhau dưới cột đèn đường trong xóm. Thanh niên choai choai, như là tay anh chị thứ thiệt, đứng thành vòng tròn, tôi và thằng Trùm đứng ở trong, hai bên vờn qua vờn lại, tay đấm, chân đá, tôi nhớ lại mấy thế võ học nơi anh Lâm, càng ngày tôi đánh càng nhuyễn, nhảy vào đánh cận chiến chỉ dùng các đòn chỏ, khi Trùm bị trúng đòn, đau quá ôm đầu chịu đòn, tôi liền sáp vào xiết cổ, xoay lưng, hất đít lên cao... thằng Trùm bị hất tung lên trời, rơi xuống như bị gạo, đau quá, đâm hoảng nó xin thua ngay...

Nhưng nó lại không phục, nó nói là cái đèn đường không đủ sáng nên nó mới bị thua, tôi thừa thắng xông lên, không còn sợ nó nữa. Một rừng không thể có hai cọp chúng tôi hẹn nhau thư hùng lần thứ hai, cho nó chọn một cột đèn khác sáng hơn, cũng nằm trong xóm.

Ngày đó, nghe đồn, các tay anh chị choai choai lại đến quây thành vòng đợi coi hai đàn anh thư hùng đông lắm. Tôi và Trùm lại vờn qua vờn lại, lần này nó thủ kỹ hơn kỳ trước, tôi sáp vào cận chiến chơi chỏ là hắn lùi ra xa ngay nên khó mà ăn thua liền ngay được. Tôi sáp vô là bị hắn đấm đá xô ra, tôi không sử dụng các đòn cũ được, có lúc tôi cũng bị hắn đấm trúng mặt, méo hàm đau điếng người, muốn ngất ngư, nhưng nó "sợ mặt" đánh cận chiến với tôi, không dám nhào vô lợi dụng tình thế đánh dứt điểm. Đánh hồi lâu nó bắt đầu mệt, hơi thở hổn hển, tay chân bắt đầu hớ hênh, chậm chạp, có lúc hắn vô ý, tôi liền đá một trực cước, tuyệt chiêu của Thái Cực Đạo, đá trúng ngay cằm, bể miệng, hắn xiểng liểng muốn té, tôi sáp vào định dứt điểm thì hắn giơ tay xin thôi ngay...

Tôi liền đỡ hắn ngồi xuống cột đèn, ra lệnh "đàn em" đi kiếm nước và muối cho nó súc miệng. Hú vía, nó chỉ bị bể môi, sưng hàm, chớ răng thì còn nguyên vẹn.

Kể từ đó, trong xóm đặt cho tôi một biệt danh rất là anh chị đó là anh Năm Vĩnh. Và cũng từ ngày đó, không có thằng nào đến phá nhà anh Năm nữa. Ngược lại, về nhà, tôi bị chị Năm nhéo tai vì cái tội đánh lộn trong xóm không lo ăn học, không biết làm gương cho các em.

Trên trường, bạn bè tôi ghét đám học sinh cờ đỏ lắm, tuổi mới lớn, chúng tôi cũng tập tành làm người lớn, hút thuốc, để mái tóc "dài" hippie phất phơ trong gió. Đám cờ đỏ thì ham thi đua đạo đức tốt, học tập tốt, theo gương Bác vĩ đại. Đám cờ đỏ này, đứa nào cũng muốn lấy điểm để được vào đoàn thanh niên Cộng Sản, nên chúng rất là ngu muội, hay đi kiếm chúng tôi để bắt tội hút thuốc trong trường, nhắc nhở chúng tôi hớt tóc, nhớ đeo bảng tên... vv...

Các bạn tôi thì sợ bọn chúng nên chẳng có ai dám chống lại bọn chúng, được đà đám cờ đỏ này làm tới.

Một lần nọ, anh "Năm" nổi hứng, muốn thị oai với các bạn cũng như muốn dằn mặt đám cờ đỏ "tụi bây đừng có động đến tụi tao". Hôm đó, như mọi khi, giờ ra chơi, chúng tôi ra sân sau đá banh, ngồi hút thuốc, thì có vài anh cờ đỏ vô phước đi tới chỉnh chúng tôi thiếu tác phong đạo đức vì hút thuốc trong trường. Hắn chưa nói hết câu là bị tôi bạt tai thẳng tay, hoảng hồn không kịp khóc, bỏ chạy vào sân trước ngay.

Thằng Hai hối:

- Ê "Năm" chạy lẹ đi, đứng đây là bị giám thị bắt kiểm thảo đó.

Không suy nghĩ, tôi liền bỏ chạy về phía sau sân đá banh, trèo lên tường, băng qua trường nữ, chạy ra đường bỏ lại phía sau tên cờ đỏ bị đánh và cô giám thị lẽo đẽo chạy theo sau. Tên cờ đỏ không dám khai tên tôi với cô giám thị vì sợ "vía" anh "Năm" trả thù sau đó.

Qua ngày hôm sau, sau khi chào cờ, cả trường bị đứng lại dưới cột cờ nghe ông hiệu trưởng "cụt tay" tuyên bố hiện tượng đạo đức xấu, học sinh đánh học trò, đánh cờ đỏ, ông giảng đạo đức "tốt", sau đó cho học sinh về lớp, rồi bắt tất cả học sinh phải tự làm kiểm điểm và học tập "đạo đức tốt".

Riêng phần tôi, thì cả tuần không đi học, buổi sáng cầm sách vở đi ra khỏi nhà là đi thẳng xuống biển tắm đến trưa, rồi lại cắp sách vở về nhà như mới đi học về. Má tôi chẳng hay biết chi hết, Má không ngờ cái thằng mà cả trường kết án đạo đức xấu đó lại là thằng con trong nhà.

Tuần đó, tôi nhờ thằng Hai đưa giấy phép nghỉ bệnh giả dùm.

Ngày đi học lại, vừa bước vô lớp, anh lớp trưởng đến nhắn tôi lên gặp cô giám thị hiệu phó. Trong lòng tôi không yên tý nào, nhưng tinh thần đã sẵn sàng nhận bản án nặng nhất là bị đuổi học. Nhưng cái lo thứ hai và sợ nhất là Má sẽ buồn vì thằng con chẳng lo ăn học chi hết.

Lên văn phòng, gặp cô giám thị, cô là cán bộ ngoài Bắc vào 75, cô nhìn thẳng vào mặt tôi, cô hỏi tôi bệnh gì mà không đi học cả tuần. Tôi bịa bệnh này bệnh nọ. Sau đó cô hỏi tôi có biết chuyện các bạn cờ đỏ bị đánh không, dĩ nhiên tôi nói là không. Xong cô nói tiếp, hôm đó, cô là người chạy theo rượt "trò học sinh xấu" đó, rượt không kịp, nó nhảy lên hàng rào, chạy thoát. Nhưng trò đó làm rớt cái này, cô lượm được. Cô lấy từ học bàn ra đưa cho tôi cái bảng tên của tôi, tôi điếng người, nhớ lại lúc trèo tường vô ý để rớt; Chưa biết nói sao thì cô nói tiếp " bảng tên của trò, cô trả lại. Trò về nhớ ráng ăn học, giúp đỡ bố mẹ ". Và cô không nói thêm lời nào, cô cho tôi về lớp không một hình phạt hay kiểm điểm. Coi như người học trò xấu đó là vô danh, kiếm không ra.

Nhớ lại ngày hôm đó, tôi thành thật cám ơn cô và không hiểu động lực nào làm cô tha đứa học trò "ngụy" này, có lẽ trong mắt cô, tôi không phải là "ngụy", có lẽ cô bắt đầu thông cảm các đứa con "ngụy" này nên cô tha.

Thời gian đi học, đồng nghĩa đi lao động, đi làm thủy lợi. Muốn được lên lớp thì cần hồng hơn chuyên. Trường chúng tôi hay tổ chức đi lao động trồng khoai, trồng mì ở Suối Dầu, Suối Cát, Đồng Bò, Đồng Đế.

Mỗi lần trường đi lao động ở Suối Dầu, tôi hay rủ các bạn đi sớm trước một đêm, ngủ lại vườn Má tôi, ngày hôm sau thì xách cuốc ra rẫy đào mương trồng khoai với lớp.

Các bạn tôi thích lắm, vì lên vườn nhà tôi là tha hồ ăn trái cây, tùy theo mùa, nào là chôm chôm, ổi, xoài, mít, chuối. Buổi tối thì ra vườn nhổ khoai mì vô luộc hoặc lùi than ăn ngon đáo để. Có bạn thì ham đi hái lén những chùm ổi, hay chôm chôm giấu trong ba- lô, hôm sau len lén đưa cho bạn gái. Các bạn không quên đem theo cây đàn guitare, hát nhạc vàng cho nhau nghe.

Lúc đó phong trào vượt biên lên cao ở Nha Trang, cứ vài tuần, vài hôm là thấy vắng mặt đứa bạn, là chúng tôi biết nó đã đi vượt biên. Chúng tôi hay hát cho nhau nghe các bản tình ca lãng mạn về biển, các bản tình ca nói về xa cách, tình yêu học trò mới lớn, đầy lãng mạn...

*Bay đi cánh chim biển hiền lành*
*Chẳng còn giấc mơ nào để giữ đôi chân em*
*Chẳng còn tiếng nói nào để trách cứ em*
*Khi mặt trời đậu trên đôi cánh vỗ.*

hay là

*Nếu xa nhau anh xin làm mây thu.*
*Khóc em dài như tháng mưa ngâu.*
*Mưa thu buồn, buồn đời anh bấy lâu.*
*Gió thu sầu hát bài ca nhớ nhau.*

hay là

*Cơn mưa phùn bay qua thành phố nhỏ*
*Hàng cây dật dờ rụng hoa tàn úa*
*Buồn chìm vào mắt đen người con gái hát một mình*
*Bài hát buồn như cuộc tình.*

Sau này tôi mới biết tác giả các bản nhạc tình ca đó là nhạc sĩ Đức Huy. Cám ơn nhạc sĩ Đức Huy đã cho chúng tôi một thời để nhớ và để yêu. Tình học trò, ngây thơ, trong sáng và đầy lãng mạn.

# Chương 6:
# Ngoại tôi, Chị tôi

**Đ**ời sống càng ngày càng khó khăn. Các bạn anh Sáu thì bỏ xác bên chiến trường Cam Bốt, đứa về cụt cẳng, đứa cụt tay, đứa thì mất tích trên chiến trường Miên Việt. Chiến tranh ở biên giới Trung Việt sắp sửa bùng nổ bất cứ lúc nào. Lệnh chuyển quân ra biên giới Việt Trung để tăng cường bảo vệ biên giới. Tình hữu nghị Việt Trung không còn nữa từ khi cộng sản Việt Nam "giải phóng" Campuchia.

Tương lai mịt mờ, lúc đó, chỉ thấy:

*"Đôi dép râu dẫm nát đời trai trẻ,*
*Mũ tai bèo che kín tương lai."*

Bằng mọi giá, Má khuyên anh em tôi phải kiếm đường đi ra nước ngoài.

Ra đi là chấp nhận bỏ thây trên biển, còn hơn là hy sinh vô nghĩa cho chủ nghĩa độc tài và vô thần.

Cuối năm con Ngựa 1978, tôi ra đi lần thứ nhất, chuyến đi đầu không thành công. Tâm trạng tôi lúc đó rất mâu thuẫn, đi hụt mất tiền mà lòng lại vui.

Tôi trở về Nha Trang, mà lòng buồn vui lẫn lộn, mừng vì sắp gặp lại gia đình, bạn bè mà mình chưa kịp từ giã, buồn vì đi không lọt, mất tiền, Má lo...

Hôm đó, trời đã nhá nhem tối, tôi đi bộ từ nhà ga Nha Trang về nhà, vừa bước vô nhà, mấy đứa em không biết chi hết, la lớn lên "Má ơi, anh Bảy đi Sài Gòn về rồi...", các em thấy tôi vắng mặt vài ngày cứ nghĩ là tôi vô Sài Gòn chơi. Má tôi đang tưới cây, nhìn tôi trông rất là hốt hoảng, Má liền kéo tôi lên phòng trên nói chuyện. Tôi kể lại chuyến đi bị bể trước khi xuống đến điểm hẹn, nên tôi phải quyết định về nhà liền chớ sợ lâu quá công an khu vực để ý.

Trong khoảng thời gian này, Má tôi có dặn là tuyệt đối giữ bí mật chuyện đi vượt biên, không được thố lộ cùng ai.

Thời gian này, tôi không còn đi học cấp ba Lý Tự Trọng (trung học Võ Tánh ngày xưa), bỏ ngang cuối năm lớp 11, thi đậu vào trường đào tạo cán bộ điện lực Phú Khánh, khóa thứ hai. Tôi cắt hộ khẩu gia đình, thoát ly nhà và trở thành nhân viên nhà nước điện lực. Đi học cũng được lãnh lương 17 đồng và phiếu nhu yếu phẩm. Biết mình sắp ra đi không hẹn ngày về, cuối tháng lãnh lương và bán lại các phiếu nhu yếu phẩm, có được ít tiền là dẫn mấy em và bao chị Năm đi ăn kem, ăn chè. Thời đó, miếng chè, miếng kem nó quý lắm, thuộc loại hàng xa xí phẩm mà mình không dám nghĩ đến.

Biết rằng sắp xa Ngoại, tôi là "ấp" của Ngoại, tôi thương ngoại lắm mà không dám báo cho Ngoại biết.

Tôi hay sà vào lòng Ngoại, ôm hôn và nói nhỏ bên tai:

- Con thương Ngoại lắm.

Đây là cái diễm phúc mà tôi còn được, vì biết rằng mình sẽ không được nói và làm như vậy nữa.

Lúc đó Ngoại chỉ mắng yêu:

- To cái đầu mà như con nít, cứ làm trò quỷ, tránh ra...

Ngoại đâu có biết rằng, đó là những nụ hôn cuối tôi dành cho Ngoại.

Vật đổi, sao dời, mà những hình ảnh của Ngoại vẫn còn như in trong đầu của tôi. Nào là chén đậu hũ nóng, gói xôi bắp với lá bàng, bịch chè nếp đậu trắng nước dừa.

Trong nhà lúc đó, ngoại trừ Má ra, chị Năm cũng biết chuyện tôi sắp đi vượt biên, nhưng không biết tôi đi ngày nào, lúc nào cũng có thể là lần chót chị em còn gặp nhau.

Thời gian đó, ngay cả Má và chính tôi cũng không được biết mình đi lúc nào.

Thật vậy, ngày tôi ra đi, không kịp từ giã chị. Mỗi sáng chị dắt xe đạp đi học cao đẳng sư phạm Nha Trang, chị cứ nói với tôi như một lời căn dặn thằng em, vì biết tánh thằng em dễ bị sa ngã, mà chị sợ đi học về, nó không còn ở nhà nữa.

Chị thương yêu dặn dò:

- Trong bất cứ hoàn cảnh nào, mình luôn luôn cố gắng làm người tốt nghe em.

Tôi chỉ biết cuí đầu:

- Dạ, em nhớ, thôi chị đi học.

Thế rồi, lời nói của chị, nhắc đi, nhắc lại mỗi sáng trước khi đi học là những lời cuối mà tôi còn giữ được trong lòng, cũng như là cái nhéo tai sau những trận đánh lộn trong xóm mà chị muốn răn đe đứa em.

Ít lâu sau chị cũng đi, nhưng tàu chị kém may mắn đã chìm vào lòng đại đương.

Sau khi ăn Tết con dê 1979 chừng mười ngày, vào khoảng giữa đêm, tôi còn say trong giấc ngủ, đang mơ có người tát tát vào mặt mình ; Mở mắt ra thì thấy anh Sáu đang tát tát vào mặt, đánh thức thằng em dậy, anh còn bận đồ bộ đội màu cứt ngựa, tôi liền chồm dậy.

Tôi ngạc nhiên hỏi:

- Anh về lúc nào?

Anh Sáu vui vẻ:

- Mới về, anh được về phép thăm gia đình.

Đêm đó, cả nhà thật là vui, đã nửa đêm, mà cả nhà đều quây quần bên anh, nghe anh kể chuyện đi bộ đội, chuyện anh tải đạn ở cục hậu cần, chuyện anh bắn trúng tâm điểm khi thi bắn nên được thủ trưởng chú ý rồi cho về phép thăm nhà như là một giải thưởng.

Má là người vui nhất, vì Tết rồi là Tết đầu tiên anh Sáu xa nhà lúc vừa tròn 18 tuổi...

Ở nhà được hai hôm, thì Má kêu anh Sáu lên phòng trên nhỏ to, tôi biết anh Sáu cũng nhận được lệnh Má là phải ra đi tìm tự do.

Anh đào ngũ, không trở ra đơn vị nữa.

Tối hôm đó, tôi đưa anh ra ga xe lửa để đón tàu xuôi Nam, tạm thời vô ở nhà Dì Liên trong Sài Gòn để tìm

101

đường vượt biên ở miền Tây. Tôi chúc anh lên đường bình an, hai anh em siết chặt tay chia tay từ giã ở sân ga Nha Trang. Tôi và anh tạm dứt liên lạc từ đây.

Di bút chị Năm:

"Mười chín tuổi đã là cái tuổi trưởng thành và bước vào đời được rồi Vinh ạ. Nhân ngày sinh nhật tròn 19 tuổi của em, chị đại diện gia đình chúc em hưởng 1 sinh nhật thật vui tươi, đầm ấm và nhiều may mắn sẽ đến với em. Mong em hãy nỗ lực để sửa soạn vào đời."

# Chương 7:
# Xuôi Nam phiêu lưu

Cuối tháng 2 năm 79, tôi đang ở trên Suối Dầu, khoảng 10 giờ đêm thì thấy anh Phiệt lên kiếm tôi.

Anh Phiệt thì thầm:

- Má nói là em đi ngay trong đêm nay! Bây giờ đi về nhà Má nói chuyện.

Lúc đó, lòng tôi thắt lại, vì biết rằng ra đi kỳ này là không hẹn ngày về.

Hai anh em lần trong bóng đêm, theo ánh sáng trăng, đạp xe đạp, dựa theo quốc lộ 1 mà đi về Nha Trang. Đến nhà khoảng giữa đêm.

Má tôi kêu lên phòng căn dặn:

- Ra đi, nơi xứ người phải lo ăn học, anh em lúc nào cũng phải thương yêu đùm bọc lẫn nhau, quyền huynh thế phụ, em phải nghe lời anh.

Những lời giáo huấn, căn dặn đó, anh em tôi không bao giờ quên.

Sau đó Má nói, con đi kỳ này, Má cho thằng Chín đi luôn, nó không biết đi vượt biên, cứ nói nó vô Sài Gòn chơi là được. Tôi chỉ biết vâng lời Má, và đi xuống chuẩn bị vài bộ đồ cần thiết, không dám quay lại nhìn Má, vì biết người đang cố dằn tiếng khóc trước mặt con.

Tôi xuống đánh thức Chín:

- Em thay đồ, chuẩn bị anh đưa vô Sài Gòn chơi cho biết.

Thằng nhỏ nghe nói được cho đi chơi nên không có thắc mắc chi hết. Tôi không kịp từ giã ai hết, vào phòng hôn Ngoại mà bà chẳng hiểu chi, không từ giã chị và các em vì đêm đã khuya và không muốn làm ồn sợ bể chuyện, âm thầm gạt nước mắt ra đi.

Tôi xa Nha Trang năm lên 17, bỏ lại tuổi học trò, hồn nhiên, có lẽ khi chưa biết yêu.

Hôm đó, trời tờ mờ sáng, một buổi sáng ảm đạm, thành phố còn chìm say trong giấc ngủ. Tôi chia tay Má khoảng 4g sáng ngày 20- 2- 1979.

Má căn dặn, lời chót tiễn đưa con:

- Ra đi kỳ này, Mẹ con không biết ngày nào gặp nhau, con lên đường bình an.

Tôi lí nhí đáp:

- Chúng con hứa đùm bọc và cố gắng ăn học thành đạt.

Nước mắt tôi đã lưng tròng, lòng se thắt lại, chỉ nói thêm được mấy chữ:

- Thôi con đi, Má ở nhà giữ gìn sức khỏe.

Má nghẹn ngào:

- Ừ thôi con đi đi, kẻo trễ.

Mẹ con nhìn nhau, cả hai cố dằn tiếng nấc. Tôi dắt xe đạp ra, Chín ngồi yên phía sau cầm túi đồ, tội nghiệp, Chín chỉ nghĩ là được vào Sài Gòn chơi, nên rất hồn nhiên.

Đi đến đầu đường Hồng Bàng, tôi ngoảnh lại nhìn và ráng thâu lại những hình ảnh chót. Tôi thấy Mẹ còn đứng đó, người vẫn dõi mắt nhìn theo. Mẹ đã thức hai đêm trắng, gương mặt người rất là mệt mỏi, lòng tôi se thắt lại, đưa tay lên chào Mẹ lần chót trước khi quẹo qua ngã tư đường Nguyễn Hoàng.

Tôi ra ga xe lửa Nha Trang, anh Phiệt đã đứng sẵn ở ga đợi tôi như đã hẹn. Tôi vào mua vé xe lửa vào Sài Gòn để tránh nanh vuốt công an trên những tuyến đường xe đò. Tôi đưa xe đạp lại cho anh Phiệt, hai anh em nhìn nhau. Thấy còn sớm tôi rủ anh ra ngoài quán cóc uống cà- phê, cầm ly cà phê nóng trong lòng bàn tay, hai anh em chẳng nói gì ngoài ánh mắt nhìn nhau.

Anh Phiệt vỗ vai tôi:

- Thôi vào đi, đi đường dữ nhiều, lành ít, em nhớ cẩn thận trên đường, chúc em thượng lộ bình an, qua được bên đó, cho anh gởi lời thăm anh Việt cũng như Nam, Hùng, Dũng...

Tôi bắt tay anh, chào tạm biệt anh, tạm biệt phố biển, bước vào sân ga, lòng buồn khôn tả.

Tôi và Chín bước lên xe lửa, lúc đó khoảng 5 giờ sáng. Trên xe không còn chỗ ngồi, tôi và em ra đứng cạnh cửa lên xuống, suốt tuyến đường từ Nha Trang vô Phan Rang bình an vô sự chẳng có công an nào săn đón. Xe vô đến Phan Thiết thì có một toán công an cờ đỏ lên xe lửa soát hàng buôn lậu và giấy thông hành...

Vào thời điểm đó, mọi vận chuyển hàng hóa như gạo, đường, cà phê... vv... đều bị cấm ngặt chuyển từ thành phố này qua thành phố kia để nhà nước tiện việc kiểm soát bao tử con người. Mọi vận chuyển trái phép là bị buộc tội "buôn đồ lậu". Cũng như mọi đi đứng từ thành phố này qua thành phố khác, phải có giấy thông hành do cơ quan phường cấp.

Tôi kể như là đi lậu không có giấy tờ chi hết, nói Chín ngồi lên hành lý và đừng có đi đâu, tôi định đi trốn trong cầu tiêu, ai ngờ cũng đã có người trốn trong đó rồi, kẹt quá tôi nói nhỏ đủ nghe "mở cửa cho tôi vào với, làm ơn đi bà con"; Như một phép lạ cánh cửa hé ra, tôi liền tuột vào ngay... Có lẽ đám công an ham bắt nhóm buôn đồ lậu để làm tiền nên làm biếng không đi soát cầu tiêu, nhờ vậy chúng tôi được thoát.

Xe lửa chạy đến ga Bình Triệu thì ngừng, tôi và Chín xuống lấy xích lô đến nhà ở Hai Bà Trưng, đến nơi bấm chuông, anh Ba ra mở cửa gặp hai em, anh Ba rất ngạc nhiên và hiểu liền tại sao tôi vô đây, lúc đó trong nhà đang ăn cơm, hai anh em đang đói bụng, sáp vô ăn liền.

Ở Sài Gòn vài hôm mới biết người móc nối vượt biên đã bị bắt, coi như hủy bỏ chuyến đi đó, nhưng tôi lại không dám về lại Nha Trang, vì sợ về kỳ này sẽ bị bắt, thôi thì ở ráng lại đô thành kiếm mối khác.

Ban ngày, anh Ba đi làm, anh Tư đi học, hai anh ra khỏi nhà là khóa trái cửa phía ngoài, làm như nhà không có người, chúng tôi tuyệt đối không được gây tiếng động bên trong vì sợ hàng xóm để ý. Đến trưa, các anh thay phiên nhau đem cơm về cho tụi em ăn. Ở đây được vài ngày thì phải đổi chỗ vì sợ công an phát giác là bể chuyện hết. Chín lên nhà Dì Liên ở, tôi lên nhà ông Toàn ở Chợ Lớn, ông ta gốc người Hải Nam là bạn làm ăn với Ba tôi lúc còn sinh thời. Ở đây, tôi gặp lại anh Dũng, anh vào đây đã lâu, mà chưa kiếm đường đi được, anh đang ở diện đào ngũ bộ đội, nên anh rất sợ ra khỏi nhà.

Một hôm, hai anh em buồn quá, rủ nhau đi coi ciné, mặc dù chẳng có gì để coi, đang đứng xếp hàng mua vé thì có một tên bộ đội xông vào chỗ anh Sáu đang đứng, tụi tôi quay ra sau, nhìn thấy một đám du đăng đang muốn ăn tươi, nuốt sống tên bộ đội này, nó nhìn anh tôi lộ vẻ kêu cứu, tôi ra dấu cho anh Sáu cẩn thận, không biết anh nói gì với tên bộ đội, sau đó anh nói tôi là mua 3 vé vào cửa.

Vào trong rạp, anh Sáu ngồi giữa, bộ đội ngồi bên trái anh, còn tôi ngồi bên phải. Anh Sáu tánh tình hào hiệp, gặp kẻ bị nạn là ra tay giúp đỡ ngay, không tính toán, vả lại anh mới đào ngũ nên rất thông cảm cho các tên cán ngố. Sau một hồi nói chuyện khá lâu với cán ngố, coi bộ tâm đầu ý hợp. Đột nhiên anh quay qua tôi nói nhỏ:

- Em còn được bao nhiêu tiền thì đưa hết cho anh.

Tôi thắc mắc:

- Anh lấy tiền làm gì?

Tôi vừa hỏi, vừa móc túi đưa cho anh khoảng 50 đồng...

Anh cầm tiền:

- Em ngồi đợi, anh vô trong nhà cầu nói chuyện với nó một chút rồi ra ngay.

Tôi dặn dò:

- Anh Sáu cẩn thận! đất Sài Gòn lắm quỷ, nhiều ma, để em đi với anh.

Anh Sáu quả quyết:

- Em đừng lo, thằng bộ đội này rất hiền, nó rất đáng thương hơn là đáng sợ.

Tôi đắn đo:

- Anh vô nói chuyện lè lẹ rồi ra liền nha, có gì hú lên em bay vô!

Anh Sáu đi vào trong phòng "xí" với tên cán ngố một lúc khá lâu, làm tôi rất là sốt ruột. Anh đi ra, liền đi đến bên tôi ngồi xuống, anh đưa cho tôi cái gói nho nhỏ.

Tôi thắc mắc:

- Cái gì vậy anh?

Anh Sáu nói nhỏ:

- Vàng, 5 cái nhẫn, 5 chỉ vàng, coi chừng mất! Hết phim em đi trước, anh đi sau, coi chừng du đãng Sài Gòn đánh sau lưng, có gì em cứ chạy về nhà trước...

Tôi không chịu:

- Còn anh thì sao?

Anh Sáu tỉnh bơ:

- Anh bọc hậu, có cách thoát, em khỏi lo, tụi nó sao chạy lẹ hơn anh...

Hai anh em ra đường đi về nhà rất cẩn thận, mắt nhìn trước, nhìn sau đề cao cảnh giác, tay luôn thủ nắm chặt cú đấm thôi sơn, vì cứ sợ du đãng đô thành nó biết mình có vàng trong người sẽ chận đường ăn cướp, nhưng chẳng thấy thằng nào bén mảng.

Về đến nhà ông Toàn, vừa lên gác trọ, anh nói đưa bọc vàng cho anh coi, anh lấy ra 5 chiếc nhẫn vàng 5 chỉ, anh đeo hết 5 chiếc vào ngón út, ngắm nghía ngón tay rồi mỉm cười coi bộ đắc ý vì vừa mới làm được chuyện tốt lưỡng lợi, trước làm việc nghĩa sau đó hưởng tí lợi nho nhỏ.

Tôi ngạc nhiên nói lớn:

- Ủa, cái đồng hồ Seiko của anh đâu, sao không thấy trên tay nữa?

Anh Sáu không thèm nhìn sang tôi, đưa ngón tay út đeo 5 chiếc nhẫn vàng lên trời ngắm, đầu gật gù, coi bộ đắc ý, miệng mỉm cười, từ từ nói:

- Thằng bộ đội tên là Thành, nó người Bắc, đi lính vào Nam đã lâu, bây giờ được nghỉ phép đi về quê. Nó có 5 chỉ vàng, nó muốn bán đi để mua quà cho Mẹ và các em, nhưng du đãng biết được nên đánh nó để ăn cướp, anh thấy tội nghiệp nên nói nó vào coi ciné với mình để tránh mặt du đãng đánh hội đồng.

109

Tôi hiểu ra:

- À ra thế, nên anh mới nói em mua 3 vé!

Anh Sáu kể tiếp:

- Nó nói nếu anh có tiền thì làm ơn mua dùm nó, nó muốn bán mà không biết ai muốn mua, nó sợ hỏi đúng đám bất lương như hồi nãy, nhưng anh nói không có tiền, nó nói thôi đổi cái đồng hồ với 5 chỉ vàng vì nó muốn cho Bố 1 cái đồng hồ 2 cửa sổ, 3 người lái, 12 cây đèn...

Tôi vỡ lẽ:

- À há, thành ra em không thấy đồng hồ của anh nữa!

Anh Sáu gật gù:

- Nhưng anh thấy bất lợi cho nó quá, vì đồng hồ của mình đâu có đến 5 chỉ, thành ra anh mới hỏi em có tiền để anh đưa thêm cho nó...

Tôi:

- Hồi nãy, hình như em đưa cho anh 50 đồng.

Anh Sáu:

- Trong túi anh cũng còn khoảng 80, tổng cộng 130 đồng với cái đồng hồ, anh đưa hết cho nó, dù vậy, anh nghĩ cũng chưa đủ bù 5 chỉ vàng...

Anh Sáu tôi vậy đó, trong tận thân tâm anh chỉ muốn giúp tên cán ngố này, nghĩa hiệp, dũng cảm như cái tên Dũng mà Ba đã đặt cho anh.

Tối hôm đó, Dì Liên và anh Tư lên thăm, tôi mới kể chuyện hồi chiều cho anh Tư nghe.

Anh Tư nói anh Sáu lấy 5 chiếc nhẫn ra cho Dì và anh Tư coi, 2 Dì cháu ngắm nghía một lúc rồi cùng nói:

- Các chú bị lừa rồi, không phải vàng, vì nhẹ quá! vậy là nó lợi dụng lòng thương người mà lừa em! Từ đây về sau, các chú nên cẩn thận hơn.

Kể từ ngày hôm đó, chúng tôi không còn dám tin ai nữa.

Ở nhà ông Toàn được 2 tuần, chúng tôi lại phải đổi chỗ ở, chúng tôi về nhà Dì Liên ở Hàng Xanh, ngủ trên lầu ba, không dám bước xuống dưới vì sợ tai mắt công an khu vực. Chừng một tuần thì Dì kiếm được 1 chỗ cho anh Sáu, vậy là anh Sáu xuôi xuống miền Tây ra đi trước, tôi lại mất liên lạc với anh từ lúc đó.

Sau đó ít ngày, Má tôi từ Nha Trang vô thăm tụi tôi vì người quá nóng lòng, không cách chi liên lạc được. Tôi mừng khôn xiết gặp lại Má, đây là lần chót trước khi từ giã Việt Nam. Tội nghiệp Má, vô buổi chiều, thăm con, sáng sớm lại lấy xe đò về lại Nha Trang vì sợ công an khu vực để ý.

Ở nhà Dì được 15 ngày tôi lại phải đổi chỗ ở, tôi về nhà ba má vợ anh Tư dưới Bình Dương. Công an khu vực có hỏi thì nói con cháu trên Sài Gòn về thăm. Cứ như thế, chúng tôi cứ đổi chỗ ở vòng vòng trong gần 2 tháng.

Ngày 20- 04- 79, Dì Liên báo là đã kiếm được chỗ đi cho 4 người, Dì và anh Tư đi đóng vàng. Đây là chuyến đi vượt biên, tổ chức theo kiểu "bán chính thức" nằm trong chính sách đuổi người Hoa ra khỏi nước bằng con đường vượt biên. Công an chỉ bảo kê nơi bãi đi nằm trong khu Rạch Giá. Người vượt biên phải đi tự túc, và tìm mọi cách đến được bãi hẹn "Rạch Giá" thì mới được công an bảo kê. Tuyến đường Sài Gòn - Rạch Giá, công an giăng đầy bắt người vượt biên để làm tiền, làm tội trước khi đến điểm hẹn.

Ngày 21- 04- 79, chúng tôi rời Sài Gòn gồm 4 người: anh chị Tư, Tôi và Chín, bây giờ Chín, nó mới biết là cả nhà tổ chức đi vượt biên. Chúng tôi ra điểm hẹn xe đò, đi xe nhỏ xuống Rạch Giá, trên xe có khoảng 10 người cũng toàn là người đi vượt biên như chúng tôi. Đoàn xe vượt biên có trên 10 xe, xe chúng tôi chạy giữa, đoàn xe giả dạng xe đò chạy rước khách trên đường. Đoàn xe chạy đến bến phà Bắc Mỹ Thuận, tất cả người lớn phải xuống xe, đi bộ qua phà, Chín coi như là con nít nên được ngồi lại trên xe. Trong lúc các xe xếp hàng qua phà, thì bị công an chặn lại, lục soát, có lẽ chúng được đồng bọn báo tin có đoàn xe vượt biên. Các xe chạy sau thấy các xe trước bị chặn, sợ quá quay đầu bỏ chạy về lại hướng Sài Gòn.

Chúng tôi đứng bên này phà, nghe tin bên kia phà, các xe tháo bỏ chạy về Sài Gòn, không biết tính sao. Không biết thằng Chín ngồi trên xe có bị chi không. Ngàn câu nghi vấn, mà không có câu trả lời.

Chúng tôi đành lấy phà đi ngược lại để kiếm em nhưng không thấy, mọi xe đều bỏ chạy, chúng tôi mất liên lạc với Chín từ lúc đó, nó mới 13 tuổi mà đã phiêu lưu một mình, chỉ biết nguyện cầu tài xế đừng bỏ rơi nó giữa chợ hay giết nó cướp của.

Chúng tôi hỏi thăm có ai thấy đoàn xe đò không, có người nói có thấy 1 chiếc xe giống như xe chúng tôi tả đậu cách đây khoảng bốn năm cây số. Lúc đó màn đêm đã buông xuống, tối om, đen nghịt, đom đóm bay chập chờn, trên quốc lộ không một bóng đèn. Anh em chúng tôi 3 người đều mệt lả, bụng đói không một hột cơm từ trưa, cứ lầm lũi đi trong bóng đêm tìm em.

Tôi đi trước, nắm chặt trong tay con dao găm mở sẵn, tay kia cầm hòn đá lớn, chị Tư đi ở giữa, anh Tư bọc hậu tay cầm khúc cây lượm bên đường lầm lũi bám theo sau. Cả ba xếp hàng một, lầm lũi dưới ánh trăng, đề cao cảnh giác đề phòng cướp đêm. Chúng tôi vừa đói, vừa khát mà cứ vẫn tiếp tục lầm lũi đi về hướng Sài Gòn. Trời không nỡ phụ lòng người, chúng tôi gặp được 1 xe trong đoàn chạy thoát được, đậu lại nghỉ qua đêm, trên xe còn nhiều chỗ trống vì các người trên xe đều thất lạc hoặc bị công an bắt. Nhận ra người đi cùng chuyến tổ chức vượt biên, bác tài cho chúng tôi nhập đoàn. Đêm đó chúng tôi ngã lưng xuống ngủ bên cạnh xe.

Trời tờ mờ sáng, bác tài hỏi ý kiến mọi người là quay về Sài Gòn hoặc đi tiếp xuống Rạch Giá, mọi người quyết định chạy về đợi nơi bến phà coi có xe nào xuống nữa không rồi tính tiếp. Xe đậu cách phà khá xa, đợi đến trưa mà không thấy xe nào của phe ta, nên bác tài quyết định quay về Sài Gòn. Xe chạy đến Cai Lậy thì bị công an chận soát xe, anh Tư cảm thấy nguy hiểm vì là thanh niên, sợ bị bắt bỏ tù tội vượt biên nên xuống xe trốn trước. Xe chúng tôi bị bắt đưa về đồn công an, bác tài nói ai còn tiền ít nhiều thì đưa cho bác vào nói chuyện với trưởng đồn, sau khoảng 1 tiếng, tên trưởng đồn ra lệnh thả xe tụi tui ra.

Xe chạy tới Vĩnh Long lại bị bắt, kỳ này công an lục soát xe và người rất kỹ, tôi còn giữ trong người 400 dollar Mỹ, nên không biết tính sao, tôi nói với chị Tư, chị nói đưa cho chị, công an lục soát va- li của 1 ma soeur xong rồi đẩy qua 1 bên, chị Tư làm bộ phụ xếp đồ vô va-li và lén bỏ 400 đô vào cuốn kinh thánh nhờ Chúa giữ dùm. Nhờ vậy mà thoát được. Bác tài, bổn cũ soạn lại, yêu cầu mỗi người một ít "làm quà" cho trưởng đồn, thế là chúng tôi lại được thả.

Sau đợt bắt thứ hai, mọi người cùng có ý kiến: "đi về cũng bị bắt, thôi thà đi xuống tiếp Rạch Giá luôn, may ra còn đường sống". Thế là xe lại quay đầu chạy xuống Rạch Giá, trước khi lên đường, có 1 tên cán ngố đi chân đất (chân không có dép hay giày) xin tụi tui đi ké về Rạch Giá, và hắn nói sẽ bảo kê xe đến Rạch Giá an toàn. Bác Tài đồng ý cho hắn đi quá giang xe chúng tôi. Hễ đi đến đồn hoặc trạm gác công an nào hắn cũng nhảy xuống trước, không biết nói vài lời gì với trưởng trạm mà xe không bị khám xét, được cho đi. Thế là xe đến điểm hẹn Rạch Giá an toàn, để tỏ lòng tri ân, chúng tôi gom góp tiền cho hắn một ít và hắn chúc mọi người ra đi được bình yên.

Vô đến thành phố Rạch Giá, xe đi đến nhà máy gạo số 3, đây là nơi tập trung những người gốc Hoa đi vượt biên thuộc diện "bán chính thức". Ở đây, chúng tôi mướn chiếu ngủ đỡ ngay tại trong sân nhà máy gạo. Bây giờ chỉ còn 2 chị em, anh Tư thì không biết ra sao, rồi Chín nữa, nó còn quá nhỏ, không biết nó có biết đường về nhà Dì Liên không, muôn vạn câu hỏi, mà chẳng có câu trả lời.

Đã ba ngày trôi qua, tin tức thằng Chín và anh Tư không thấy đâu, ngồi buồn, đang gặm ổ bánh mì thì thấy ngoài cổng ai đi vô giống Dì Liên. Trời ơi, mừng ơi là mừng, Dì đưa thằng Chín xuống, hỏi Dì có thấy anh Tư về lại Sài Gòn không, Dì không biết chi hết, chưa hết mừng lại thêm 1 nỗi buồn khác, không biết anh Tư bị bắt và bị giam ở đâu?

Hỏi thăm Chín, làm sao kiếm được đường về nhà Dì.

Nó say sưa kể: trên xe chỉ có 1 mình em nên bác tài quyết định vọt về, đến Sài Gòn giữa đêm, bác tài cho em vô nhà ngủ ké trên sân thượng. Trời tờ mờ sáng, bác tài đánh thức em dậy và nói em phải ra khỏi nhà vì bác tài sợ bị liên lụy chứa người lậu. Bác tài kêu chiếc xích lô và đi với em về Hàng Xanh để kiếm nhà Dì. Bác tài thật tốt bụng, em đâu có nhớ địa chỉ nhà Dì, bác tài nói ông xích lô cứ chở thẳng em đi vòng vòng ở khu Hàng Xanh với hy vọng em nhớ ra đường về nhà Dì... Trời không nỡ phụ lòng tốt bác tài, sau khi đi khoảng chục vòng thì em nhận ra nhà Dì bên kia ngã tư đường.

Sau những phút hốt hoảng, Dì cháu trùng phùng, Dì biết chúng tôi gặp nạn nên Dì lập tức lấy xe đò xuôi xuống miền Tây, hai Dì cháu giả làm mẹ con về quê thăm nhà, nên tụi công an thấy đàn bà con nít nên không làm khó dễ gì.

Ở đây được khoảng 1 tuần, thì chúng tôi phải đổi trại, lấy ghe nhỏ ra Hồ Dầu, đó là 1 cái cồn nằm cạnh sông Cửu Long gần cửa biển, đây là nơi tập trung những người Hoa đi vượt biên bán chánh thức.

Lấy trời làm mền, lấy đất làm chiếu, phơi gió phơi sương, nằm chờ ngày lên tàu lớn.

Miền Nam, đêm xuống rất nhanh, trời đen nghịt, không một bóng đèn, đêm đêm đom đóm bay chập chờn, ễnh ương kêu rầm trời. Nằm vắt tay lên trán, nhớ nhà, nhớ Má, nhớ Ngoại, nhớ Chị, nhớ các em, nhớ bạn bè, ra đi lặng lẽ không một lời từ giã. Nước mắt lưng tròng, nỗi lòng biết tâm sự cùng ai.

Bây giờ nhóm chúng tôi kể như có 3 người: Tôi, chị Tư và Chín. Còn Dì chỉ ở với chúng tôi đến ngày ra đi thôi. Trong những ngày chót, chị Tư cứ thút thít hoài vì anh Tư vẫn biệt tăm biệt tích, bà Dì phải vô an ủi, thời gian trôi qua càng nhanh, thì chị lại càng thút thít nhiều. Thấy vậy, Dì bàn để Dì về lại Sài Gòn xem có tin tức gì của anh Tư không, có tin gì thì Dì trở ngược lại báo cho các con biết liền.

Ôi, tội nghiệp Dì, cũng đã mấy đêm ngủ bờ, ngủ bụi với các cháu, mặt mày hốc hác vậy mà cũng ráng đưa đám cháu đi đến nơi đến chốn. Ngày đó Dì mới qua cái tuổi 40, viết đến đây, tôi cảm thấy thương Dì lắm.

Sau khi bàn thảo, chúng tôi đồng ý để Dì quay về Sài Gòn. Sáng sớm Dì lấy chuyến xe đò sớm nhất đi về.

Sau khi Dì đi, khoảng đến trưa, tôi thấy một ghe tam bản đang chạy từ từ vô cù lao, có 1 người ngồi đầu ghe trông giống anh Tư; Đúng thật là anh Tư, tôi chạy đi kêu chị Tư ra, chị vẫn còn gục đầu khóc, nghe tôi gọi mà không ra vì cứ nghĩ tôi nói an ủi cho vui, ai ngờ giấc mơ thành sự thật.

Dì về đến Sài Gòn, không thấy anh Tư đâu hết nên tức tốc lấy xe đò xuống lại liền, luôn tiện mang theo me rim, đường ngâm chanh cho tụi tôi mang đi ăn lấy sức. Dì nói đây là quà Má làm đưa cho Dì đem xuống cho các con. Má vẫn không quên đàn con, lo cho từng túi chanh đường, túi me để có vitamine C trên đường vượt biển.

Má vô đến nhà Sài Gòn, không gặp được ai là đi về liền để tránh sự để ý công an khu vực, bởi vậy hai chị em không gặp được nhau.

Thời gian này di chuyển từ thành phố này qua thành phố kia rất là khó khăn, người dân phải xin giấy thông hành, có giấy thông hành rồi mới được mua vé xe. Ngoài ra vắng mặt nhà là bị công an khu vực gọi lên làm việc liền.

Nhưng vì quá nôn, quá nhớ các con, Má lấy liều xe lửa tàu chợ đi từ sáng sớm, rồi tối mịt lấy xe đò về liền lại Nha Trang để tránh ngờ vực công an khu vực.

Lần đó Má mua vé xe lửa không được, Má cứ leo đại lên xe lửa để đi vào Sài Gòn, bị mấy cô soát vé cán bộ người Bắc, tuổi đáng con đáng cháu, vậy mà tụi nó hỗn đáo để, không biết văn hóa ngàn năm Hà Nội nó bỏ đâu. Tụi nó thấy Má không có vé, tụi nó đòi đuổi Má xuống, Má thì nhất định không chịu xuống viện cớ là phải đi thăm con ngoài chiến trường, xuôi Nam gấp. Đuổi không được, tụi nó chửi xối xả vào mặt Má rồi nói " Bà già này nì nắm, bà ra đây tôi xô bà xuống"

Má ngồi tủi thân khóc một mình vì chưa bao giờ bị các con bé hỗn như vậy. Như chuyện thần tiên, cứ khóc là có Bụt hiện ra cứu người, trời không phụ tình mẹ.

Bụt hỏi Má:

- Sao bà già ngồi đó khóc một mình, có chuyện chi thì nói cho tôi nghe được không bà.

Má thút thít:

- Dạ thưa ông, tôi nghe tin con bị tử nạn bên chiến trường Campuchia, tôi xuôi Nam kiếm xác con, tôi không mua được vé, các cô cán bộ kia đòi xô tôi xuống xe, ông làm ơn giúp tôi.

Bụt la lớn:

- Trời ơi, sao mà khổ thế, bà là Mẹ các liệt sĩ, phải được ưu tiên, bà lên đây ngồi, bà cứ ngồi đây, ai dám xô bà xuống, tôi bán vé cho bà.

Bụt đây là bác thanh tra soát vé, bác khá lớn tuổi, người Nam, đầy tình người.

Vô đến Sài Gòn thì các con cùng Dì đã xuôi Nam. Má liền quay về Nha Trang.

Tối đó Má lấy xe đò đêm về, xe đến Cà Ná thì bị tai nạn, xe sập hố, lật rớt xuống biển. Phước sao, xe lật hai vòng rồi ngừng lại bên bờ, cả xe hú hồn thoát chết, chỉ bị thương nhẹ thôi. Về đến nhà, Má gặp lại Chị Năm, Ngoại và các em, Má òa khóc quá chừng, kể lại câu chuyện suýt chết đêm qua, tí nữa là các con lại thêm mồ côi mẹ.

Đúng là "phúc bất trùng lai, hoạ vô đơn chí".

Nói lại, Dì xuống gặp được anh Tư vui khôn xiết.

Anh em đoàn tụ đông đủ một ngày trước khi xuống tàu lớn ra đi là nhờ phước đức ông bà để lại .

Ngày mai là xuống tàu ra khơi, chúng tôi làm hai va- li nhỏ chứa đầy đường chanh và me, 400 đô thì khâu vào giấu trong cổ áo chemise của tôi, Dì đưa cho mỗi đứa chiếc nhẫn một chỉ vàng đeo vào.

Đúng chiều 30- 04- 79, lúc nhà nước đang ăn mừng chiến thắng miền Nam, chúng tôi lên ghe nhỏ ra tàu lớn.

Dì đưa các cháu tận cửa biển, trên đời này có được một người Dì như Dì Liên là một diễm phúc, nếu không có Dì trong những lúc này, thì chúng tôi biết ra sao đây. Dì đã thay Má đưa 5 đứa cháu ra đi tìm tự do và tương lai.

Ngày đó, mưa phùn rơi lấm tấm, trời ảm đạm u ám, chúng tôi lên ghe, mỗi đứa mặc hai áo, tôi mặc thêm áo lính bên ngoài, trong túi chứa đầy đồ ăn. Anh Tư bận áo ấm ngày xưa của Ba, chị Tư và Chín thì xách giỏ bánh mì khô. Chúng tôi đứng đợi dưới cơn mưa phùn, Dì đứng cạnh bên các cháu, Dì cháu nhìn nhau mừng vui lẫn lộn, mừng vì các cháu sắp đi thoát, buồn vì Dì Cháu sẽ nghìn trùng xa cách, biết bao giờ mới gặp lại nhau, biết sống chết ra sao. Biết còn có ngày gặp lại nhau không?

Nghĩ đến mình sắp xa quê hương thật rồi, một đi không trở lại, sắp xa Má, xa Ngoại xa gia đình thật rồi, mình sắp sửa bỏ lại tất cả thân thương nhất. Vì sao, vì sao, vì hai chữ Tự Do, ta sắp mang đời lưu vong, nghĩ đến đó, hai con mắt tôi cay xé, nước mắt bắt đầu ứa lưng tròng, nước mắt hòa với nước mưa, đưa tay lên gạt lệ.

Dì nhìn thẳng cháu chầm chập, Dì biết mình đang khóc trong lòng, nhưng tôi vẫn nói dối Dì là con gạt nước mưa Dì ơi.

Dì an ủi và nhỏ nhẹ nói:

- Cố gắng lên con, đừng buồn, con qua đó hãy cố gắng lên, ráng ăn học thành tài nghe chưa.

Dì dặn dò thêm:

- Các con nhớ niệm Phật Quan Thế Âm trên đường đi, các con đi mạnh khỏe.

119

Đang miên man thả hồn theo cơn buồn, bỗng nghe công an gọi đến tên giả "người Hoa" của chúng tôi mà chúng tôi học thuộc lòng ngày tháng năm sanh, tên họ cha mẹ giả ... vv... đề phòng khi công an tra hỏi.

Hàng Cẩm Quang (anh Tư), Hàng Lệ Mai (chị Tư), Hàng Bình (là tôi) và Hàng Hồng (là Chín)

Công an ra lệnh tất cả mọi người không được đem theo hành lý, chỉ được mang theo các giỏ đồ ăn mà thôi, tất cả hành lý đều phải bỏ lại hết.

Sau khi chúng tôi lên ghe nhỏ, có thêm vài người leo lên thêm, bỗng dưng tên trùm công an tuyên bố chấm dứt và ra lệnh tàu nhổ neo ra khơi. Bỏ lại một khối người trên bãi, đã đóng vàng mà không được đi.

Trước khi bước lên tàu, tôi quay lại nhìn Dì và nói:

- Con thương Dì lắm Dì ơi, chúc Dì đi về Sài Gòn được bình an.

Sau này, gặp lại Dì, Dì tâm sự "Trong đời Dì có nhiều lần sợ, trong các lần sợ đó, có lẽ lần đưa các cháu ra đi là Dì sợ và nhớ nhất trong đời".

Dì kể rằng:

- Chuyến ghe chúng tôi là chuyến ghe chót ra tàu lớn, Dì ráng đứng đợi, đứng nhìn ghe nhỏ cặp lên tàu lớn ngoài khơi, rồi Dì mới chuẩn bị đi về. Quay lại, mọi người đã ra đi, không biết người ta biến đi đâu hết, quá lẹ. Trên bãi bắt đầu vắng một cách khủng khiếp, màn đêm đen kịt rơi xuống quá nhanh, đom đóm bay chập chờn, ếnh ương kêu tứ phía, trên bãi cù lao, chỉ còn lại một mình Dì.

Dì bắt đầu tưởng tượng sợ cướp giết người lấy của, vì cướp biết Dì là người đưa tiễn người đi vượt biên thì phải có vàng và nhiều tiền. Dì hết sợ cướp, thì Dì lại sợ rắn rít thú dữ mà Dì sợ nhất là rắn, vì miền Nam có rất nhiều rắn, màn đêm buông xuống, trời mát là thời gian các con rắn bò ra ngoài hang đi kiếm ăn, Dì sợ mò mẫn đi trong màn đêm mà vô tình đạp lên rắn, chỉ nghĩ đến đây Dì đã rùng mình muốn chết.

Đứng ngoài trời với các cháu cả ngày, không một hột cơm, giọt nước, Dì cảm thấy đói, lạnh, mệt lả. Dì chỉ biết nhất tâm niệm Quan Thế Âm Bồ Tát cứu khổ, cứu nạn, chân Dì cứ nhắm hướng có ánh đèn mà bước tới. Dì nhớ lại có người kể, các người đi vượt biên hụt, trong màn đêm đen kịt, họ chạy tán loạn, thấy có ánh đèn là chạy đến, lúc đến được cái chòi có ánh đèn là xin người tá túc ở qua đêm, nhưng họ có ngờ đâu, các chòi này là công an trá hình. Họ thắp đèn, người vượt biên bị nạn sợ quá, cứ thấy ánh đèn là chạy đến xin tá túc coi như tự đi nộp mạng mà công an chẳng cần rượt bắt chi hết.

Biết vậy, nghe kể vậy, mà Dì cứ nhắm hướng có ánh đèn mà đi, bởi vì biết đi về đâu đây, khi màn đêm buông xuống mà con người không thể nào nhắm ra phương hướng nữa. Đi riết, Dì đến căn chòi, ông bà chủ tốt bụng cho Dì ngủ lại ngoài mái hiên. Dì không tài nào ngủ được vì cứ sợ có người đến bóp cổ cướp của, giấc ngủ chập chờn, đầy mộng mị. Mệt quá! Dì thiếp đi lúc nào không hay, nghe gà gáy Dì tỉnh dậy, thấy trời đã tờ mờ sáng, ông bà chủ tốt bụng lấy ghe đưa Dì vô lại đất liền và chỉ Dì đường ra bến xe đò Rạch Giá. Về lại đến nhà, gặp lại các con, Dì cũng òa khóc kể lại cho các con chuyện đưa các anh con Dì Tư đi vượt biên.

121

Biết Má trông tin đêm ngày, Dì liền đi đánh điện tín ra Nha Trang "Em đã đưa dâu về nhà chồng đến nơi đến chốn, phái đoàn nhà gái đi đông đủ, chị yên tâm". Đây là mật mã mà hai chị em đã bàn với nhau trước, chỉ có hai chị em hiểu nhau mà thôi.

Ở Nha Trang, Má nhận được tin "mật mã" này nên mừng khôn tả. Nhưng cũng kể từ đây chúng tôi mất liên lạc với gia đình. Má tôi thì ngày nào cũng thắp nhang khấn vái xin trời Phật, ông bà phù hộ các con đi được bình an, đến nơi đến chốn.

# Chương 8:
# Boat people KG- 0007

Con tàu định mệnh mang số KG- 0007 khởi hành ra khơi, hai tàu công an chạy kèm hai bên. Tụi tôi coi như thuộc diện thanh niên nên bị đì xuống ngồi dưới hầm, nóng nực, chật chội, tối tăm, u ám, khó thở vì thiếu không khí.

Chen chúc trong khoang tàu, tôi muốn ngộp thở với hơi người, mùi bùn tanh lẫn mùi nước đọng hôi hám nơi đáy tàu. Chúng tôi chỉ được ngồi bệt xuống sàn tàu, ngồi xếp lớp như cá mòi, có mỏi thì lưng tựa lưng nhau chớ không thể nào ngả lưng nằm được dù chỉ một giây.

Tàu chạy suốt đêm mà chưa ra tới cửa biển, tàu lại bị mắc cạn nên phải nằm ụ lại đến sáng, đợi nước thủy triều lên mới chạy tiếp ra khơi. Đến sáng, công an lại leo lên tàu, gởi thêm người, dưới hầm đã chật vậy mà cũng nhét thêm cả vài chục thanh niên xuống. Để lấy chỗ nhét thêm người chúng vơ vét hành lý ném xuống tàu công an chạy kế bên, luôn tiện cướp luôn hành lý mà chẳng ai dám nói gì.

Chạy đến trưa thì gặp cơn mưa rất lớn, tàu lại hư máy, con tàu nhồi lên nhồi xuống, đoàn người trong hầm tàu bắt đầu say sóng, ói mửa không ngừng. Có người lại nói an ủi là mưa càng lớn tàu đi càng lẹ, càng mau tới, làm cho một số người mừng vì hy vọng hão. Khoảng một thời gian khá lâu, không thấy con tàu bị nhồi nữa, lại nghe được lệnh đi xuống đất liền, bà con dưới hầm reo hò vui mừng vì tưởng tới bờ bình yên, nào ngờ khi leo lên thì mới biết tàu bị hư, phải cặp vô đảo Lại Sơn để sửa máy và tránh cơn bão.

Lên đảo, có một gia đình tốt bụng, cho anh em tôi tá túc ngủ trước mái hiên, tránh mưa tránh gió. Họ còn nấu cơm, kho cá cho anh em chúng tôi ăn nữa. Anh em chúng tôi chẳng có gì để đền ơn họ, nên quyết định cho họ miếng cẩm thạch của chị Tư và cái quần tây tôi đang bận coi như là quà đáp nghĩa. Ngoài ra, anh em chúng tôi phải bán đi chiếc nhẫn 1 chỉ, lấy tiền đưa cho gia đình ân nhân có tiền đi chợ mua thêm thức ăn để các bữa cơm thanh đạm được đầy đủ hơn.

Một đêm tối trời, anh Tư đi đâu về, bị dây thép giăng ngang cuốn vào mặt, cọng kẽm đâm vào dưới mí mắt, vết thương khá nặng. Có gia đình người Hoa, ngủ cùng mái hiên với chúng tôi, chúng tôi gọi là Bác Trương, nhờ bác Trương tận tình giúp đỡ, chữa trị và cho thuốc, nhờ vậy mà cứu được con mắt, chớ không anh Tư bây giờ trở thành độc nhãn rồi.

Những ngày bị kẹt ở hải đảo, cả ngày chẳng biết làm gì, đành đi dạo dọc theo bờ biển, thấy có các ngôi mộ không chủ khá nhiều chôn dọc theo bờ biển, thắc mắc mới hỏi ông bà chủ nhà, họ kể là đó là những xác người, có lẽ đi vượt biên, tàu bị bão đánh chìm hay sao đó, chết trôi trên biển, sóng vỗ tạt đưa xác vào bờ, bà con thấy vậy mới đào hố chôn nên để là vô danh. Mình sắp xuống tàu ra đi, mà nghe kể mấy chuyện tàu chìm này nên cảm thấy sờ sợ. Chúng tôi thầm cầu nguyện những kẻ khuất mặt linh thiêng phù hộ cho chúng tôi được thượng lộ bình an.

Phần con tàu bị hư khá nặng, chủ ghe phải cho thợ máy quay về trong đất liền để mua dụng cụ và phụ tùng, thời gian trôi qua gần 1 tuần mà chẳng thấy tin tức thợ máy đâu, làm cho mọi người rất lo, lại có người đồn nghe đâu công an nói là hạn bảo kê mua bãi đã hết, nếu tàu sửa không được thì kéo tàu vô lại Rạch Giá rồi đưa hết về Sài Gòn, làm cho mọi người ai cũng lo sợ, nếu bị kéo vô đất liền kể như đi tù, tiền mất tật mang.

Đến ngày thứ bảy, công an ra lệnh mọi người phải lên tàu, dù muốn dù không, mọi người lại ra xếp hàng, chờ công an đọc đến tên để leo lên tàu. Mọi người đã lên hết đã lâu, mà máy lại không nổ, cứ xình xịch xình xịch rồi lại tắt máy...ai cũng vái cho máy nổ vì sợ công an kéo vô lại Rạch Giá. Mọi người đều chịu chết trên biển, làm mồi cho cá chớ nhất định không muốn vào tù Cộng Sản, đến lúc này mới hiểu được giá trị ra đi tìm tự do quý như thế nào, đúng là "không có gì quý hơn Tự Do".

Như lần trước, chúng tôi là thanh niên nên lại bị đì xuống hầm tàu. Không khí trong hầm tàu càng lúc càng nóng vì hầm hơi người. Trong cái nóng hừng hực ấy, tôi ráng giữ vững tinh thần, nhưng trạng thái căng thẳng lo sợ càng lúc càng tăng vì những ý tưởng liên miên nhớ đến các nấm mồ hoang trên bờ biển vắng, tôi cố gắng quên đi bằng cách niệm Phật...

Trong lúc đó máy tàu cứ xình xịch, xình xịch rồi lại tắt máy.

Bỗng nhiên xình xình xịch, xình xịch, xình xịch, xình xình xình xình... tiếng máy nổ đều, mọi người nín thở lắng nghe, đúng là tiếng tàu nổ đều, mọi người reo hò mừng rỡ, reo hò chí choé như bắt được vàng, như con nít được cho ăn kẹo.

Tàu nhổ neo ra khơi tìm tự do trong sự chết.

Tôi lại nghĩ, với tình trạng máy tàu như vậy thì đi được bao xa, bao ngày. Nhưng đã leo lên lưng cọp thì biết sao leo xuống, chỉ biết vái trời, niệm Quan Thế Âm Bồ Tát xin cho chuyến đi được nhiều bình an.

Tàu công an lại hộ tống đưa con thuyền ra hải phận quốc tế, trước khi tàu công an chia tay, quay trở lại vô hải phận Việt Nam, công an lại leo lên thuyền xin tiền, chúng nói ai còn tiền Việt Nam thì cho chúng vì tiền Việt Nam không có xài được ở nước ngoài. Sau khi vơ vét cú chót, công an xuống tàu, bày đặt bắn một tràng súng AK chỉ thiên và chúc bà con đi bình an. Thật là đểu!

Bắt đầu từ đây con tàu phó thác số phận cho trời và biển cả, ra vùng biển mà đâu có ai ngờ rằng, tàu hải tặc Thái Lan đang chờ chúng tôi ra để cướp.

Thuyền chạy được khoảng nửa ngày lại gặp cơn giông rất lớn, con tàu lại bị nhồi lên nhồi xuống, chúng tôi ngồi dưới hầm nên bị chao đảo rất mạnh, mọi người lại bắt đầu ói mửa, mửa đến mật vàng rồi ói đến mật xanh, lúc đầu còn có sức, lịch sự ói vào bao ny- lon rồi đưa lên trên cho người ta ném xuống biển. Từ từ ai nấy đều kiệt sức, mạnh ai nấy ói, ói ra tới mật cũng còn ói, chẳng ai màng đến ai. Người này ói, kềm không kịp, ói lên người bên cạnh. Không những ói, người ta bắt đầu tiểu tiện, đại tiện...Mùi hôi chua tanh ói mửa bao trùm cả khoang tàu.

Anh Tư coi như không còn sức, sau những cơn ói dữ dội, nằm ì ra đó, mà có chỗ đâu mà nằm, người này cứ tựa chồng lên người kia, chị Tư cũng không khá hơn, nằm ì lên anh Tư, Chín thì không ói, nhưng lả người cũng nằm im re, phần tôi, nhờ trời phú có được sức lực dẻo dai nên chỉ mới ngất ngư trong cái không khí ngột ngạt, hôi hám, đầy mùi chua ói, nước tiểu...

Ngồi dưới khoang tàu tối om, không thấy ánh mặt trời đâu nên tôi không còn biết thời gian, chẳng biết ngày hay đêm. Không biết tàu chạy được bao lâu rồi, tôi đoán có lẽ tàu chạy được hơn cả ngày. Có lẽ trời bắt đầu tạnh mưa, gió bớt thổi, con thuyền bớt nhồi lên nhồi xuống. Mọi người hình như đã quen say sóng nên không còn ói mửa, cũng có thể là họ đã mệt lả người, không còn sức và cũng chẳng còn gì trong bụng để ói.

Nhìn chung quanh, mọi người bắt đầu nằm la liệt, người này chồng lên người kia. Không còn thấy sự sống là đâu. Ai còn sức thì cầm cái gì quạt được thì cứ quạt cho người thân đang nằm bẹp dưới sàn tàu.

Anh Tư và chị Tư tựa vào nhau, hai con mắt đờ đẫn, thất sắc, chú Chín thì còn tỉnh táo được chút chút. Tôi ráng vừa bò vừa đi len lỏi vô sát trong khoang tàu kiếm thùng phi đựng nước mưa, hứng cho anh chị Tư và chú Chín ca nước. Lục lọi trong túi áo lính, bọc đường tẩm chanh Má làm, móc nắm đường cho chú Chín mút, ra dấu cho anh chị Tư ráng ăn tí đường và uống tí nước cầm sức. Tôi cũng vậy, ăn đường tẩm chanh, uống miếng nước sao mà thấy ngon đáo để, chưa bao giờ quý miếng đường miếng chanh như lúc này.

Có anh nằm kế bên, đi vượt biên với thằng con nhỏ, anh bị đì ngồi dưới hầm với con, thằng nhỏ có lẽ cũng hết sức nằm im bất động. Tôi lấy miếng đường cho nó một nắm và cũng cho anh một tý, nhưng anh không ăn và nhường hết cho con.

Có lẽ tàu chạy đến vịnh Thái Lan thì bỗng từ đâu hai tàu đánh cá Thái chạy đến, 2 tàu chạy hai bên ghe chúng tôi, rồi kẹp tàu chúng tôi vào giữa. Những người ngồi trên mui ghe, không biết họ thấy sao mà hò hét: "có tàu lớn quốc tế đến vớt mình rồi bà con ơi", làm cho những người ngồi dưới hầm như chúng tôi, ếch ngồi đáy giếng, tưởng thật nên cũng vui mừng hết lớn, như có luồng sinh khí thổi vào buồng phổi, ai nấy cũng tỉnh táo reo hò vui mừng dưới hầm tàu.

Tôi nhờ còn sức, đu người qua miệng hầm, leo lên được tầng trên, tôi thấy các thằng hải tặc Thái đen thui, tay đứa nào cũng cầm dao, mã tấu, bận quần đùi, xà-rong, đang xua đuổi các bà, các cô qua bên tàu tụi nó, các thanh niên thì bị đuổi qua bên chiếc tàu còn lại cũng của tụi nó, ông bà già con nít thì chúng để lại trên tàu mình. Tôi hoảng hồn leo xuống và báo cho mọi người biết mình bị cướp biển hải tặc, mà chẳng ai tin tôi, ai cũng đòi leo lên để được tàu quốc tế vớt, thật là tội nghiệp, vừa leo lên là bị tụi Thái bắt qua ghe tụi nó, tụi hải tặc chúng nó chia người ra để cướp cho dễ.

Anh em chúng tôi cố thủ dưới hầm không leo lên, chị Tư tháo 2 nhẫn vàng bỏ vào tay áo rồi xắn lên, nên thoát được cướp đợt đầu. Tụi hải tặc tha hồ cướp đoạt, vì mọi người quá bất ngờ nên không kịp cất giấu chi hết. Chúng bắt mọi người bên tàu tụi nó phải tháo ra và để lại tất cả vàng vòng, đồng hồ, nữ trang, sau khi đã cướp lột hết, tụi nó đuổi tất cả về tàu cũ.

Chúng cướp bóc hả hê đợt đầu, có lẽ quá hả hê vì quá nhiều vàng bạc nên chúng không nghĩ đến chuyện hãm hiếp đàn bà con gái. Sau khi lùa hết mọi người về lại tàu, chúng còn cho chúng tôi nước uống, sau đó bỏ chúng tôi đi.

Sau cơn kinh hoàng cướp biển, mọi người bắt đầu cẩn thận hơn. Tàu chạy được khoảng vài giờ thì lại bị hai tàu đánh cá hải tặc khác rượt theo để ăn cướp, tài công biết trước nên xả máy hết tốc lực cố chạy thoát, nhưng tàu nhỏ, chở nặng nên chẳng mấy chốc tàu hải tặc đuổi kịp, như lần trước, hai tàu lại kẹp hai bên, tàu chúng tôi cố vẫy vùng chạy thoát nhưng vô vọng.

Ngồi dưới khoang tàu nghe tiếng va chạm, tiếng gỗ bể răng rắc, hai tàu hải tặc kẹp tàu chúng tôi mạnh quá, tưởng đâu tàu bể ra muôn mảnh, bác tài công sợ quá nên không dám vùng vẫy nữa mà để chúng tự nhiên kẹp tàu, chúng lại nhảy qua tàu, chỉ có dao mã tấu, dao phay, tên tướng cướp thì có súng lục cầm lăm le trên tay.

Như lần cướp trước, chúng lại lùa người trên khoang qua tàu bên chúng, chúng làm dấu kêu gọi các "thuyền nhân" phải tháo gỡ vòng vàng, nữ trang nộp cho chúng.

Nhưng bà con đã kinh nghiệm lần trước, đã lo cất giấu trước, nên chúng không được bao nhiêu, chúng tức tối đi lục soát từng người, có cụ già cất dấu vàng trong đáy quần, hai tay cứ bụm phía dưới, tụi nó nghi, bắt cụ cởi quần ra, cụ không chịu, nên tụi nó đưa dao đòi cắt chim, cụ sợ quá nên đưa hết, có cụ bà đeo chiếc vòng cẩm thạch lên màu rất đẹp, mà cụ cởi ra không được vì cùm tay quá lớn, chúng đút dao vào làm cái rẹt, cụ hét lên, máu chảy lai láng, chúng tuột chiếc vòng ra một cách thản nhiên, dã man chưa từng thấy. Sau cú cướp dã man này, các cụ, các bà tự động cởi vòng nữ trang nộp cho chúng.

Đám cướp thứ hai này, không có được vàng nhiều, nên chúng bắt đầu để ý đến đàn bà con gái. Chúng chòng chọc nhìn các cô, như muốn ăn tươi nuốt sống. Có bác lớn tuổi lanh ý, lấy gói đồ ói mửa, đồ dơ dội lên đầu lên người con gái đứng cạnh bác, có lẽ cô gái đó là con hay cháu gì đó của bác, các cô con gái khác thấy vậy bắt chước làm theo, mùi hôi thúi, tanh hôi nồng nàn, tụi cướp thấy gớm quá nên không sinh tà ý hãm hiếp con gái nữa.

Như lần trước, cướp bóc hả hê xong chúng lại lùa người về lại bên tàu chúng tôi rồi bỏ đi. Tàu lại tiếp tục hành trình, lênh đênh trên biển đông.

Không biết chúng tôi đã nhịn đói bao lâu rồi, không một ngụm nước, không một hạt cơm, hạt cháo từ lúc tàu bị cướp lần thứ hai, cái áo lính tôi mặc có gói đường tẩm chanh bị chúng bắt cởi ra cướp mất tiêu vì chúng nghĩ là tôi giấu vàng trong bọc đường.

Em tôi đói bụng nên mò các bao, hộp xung quanh để kiếm đồ ăn, nó lượm được một hộp sữa gui- gô, mừng quá, mở nắp ra bốc ăn, và nó cũng không quên chìa qua cho tôi bốc ăn ké. Đang bốc đồ ăn thì thấy cái gì cồm cộm, tôi móc ra coi, trời ơi là vàng ròng, một hộp vàng ròng, có lẽ ai giấu vàng trong hộp sữa.

Chưa kịp suy nghĩ là làm gì với số vàng này thì lại nghe tiếng tàu va chạm cộp cộp, rắc rắc thì ra tàu lại bị hai tàu hải tặc Thái ập lại cướp lần thứ ba. Tôi ra dấu cho em ăn cho lẹ để có sức, nói anh chị Tư hốt bỏ vô miệng nuốt đại, sau đó tôi vội giấu hộp vàng dưới đáy trong gầm tàu, không dám cầm vì tụi nó thấy vàng là nó cướp đã đành mà không chừng nó giết mình luôn.

Như hai lần cướp trước, chúng lại lùa người qua bên tàu chúng để cướp cho dễ, nhưng lần này chẳng còn gì để cướp nữa, vì hai trận cướp trước chúng đã lấy hết rồi, nếu có còn thì người ta cũng tìm cách giấu rất kỹ.

Để kiếm vàng, chúng thọc vô máy tàu làm cái máy hư luôn, nó cướp luôn mấy phuy dầu vì nghĩ rằng người ta bỏ vàng giấu trong đó, coi như là tàu không còn nhiên liệu để đi nữa, cái gì chúng cũng lấy kể cả áo quần, chúng đổ nước, gạo ra sàn tàu, chúng khiêng va- li qua bên tàu chúng, rồi đổ ra trên boong tàu, rũ từng cái áo cái quần để kiếm vàng.

Đám cướp thứ ba này dã man hơn, chúng đánh đập người để tra tấn hỏi chỗ giấu vàng, đến chiều chạng vạng tối, có lẽ đã đủ vốn, tụi nó lùa người qua trả lại tàu tụi tôi và cho tàu chúng tôi đi.

Tôi vội leo xuống hầm, đến chỗ cất giấu lon gui- gô thì thấy sữa đổ tùm lum, coi như hộp vàng đã bị cướp. Của thiên trả địa, buồn mất vàng thì ít, mà buồn nhất là mất hộp sữa bột, mất ăn.

Sau này tôi mới hiểu, cả ba lần cướp, chúng đều một phe, lần đầu là đàn anh đến cướp trước, cướp xong chúng nó báo đàn em thứ hai, cướp đợt hai, sau đợt hai chúng lại báo cho đàn em cướp lần thứ ba. Sau ba lần là coi như nó cướp được hết vàng bạc châu báu của người vượt biên. Nếu tàu chúng tôi tiếp tục bị cướp đợt thứ tư, thứ năm, thì chúng sẽ cướp người, hãm hiếp, bắt các cô gái đem vô bán đâu đó trên xứ Thái.

Đến tối, mọi người đều nản, mới ra được hải phận quốc tế có ba ngày mà đã bị cướp đến ba lần, trên boong tàu thì họ bàn với nhau là nếu tụi cướp đến nữa thì mình sẽ đánh vì chúng chỉ có dao và mã tấu thôi, lớp khác thì sợ, nếu chúng ta chống cự, tụi hải tặc Thái dám đâm vào tàu, tàu bể ra thì lại chết hết.

Bên chủ trương đánh thì nói trước sau gì cũng chết, nếu để hải tặc cướp thêm lần nữa thì chắc chắn chúng nó sẽ làm nhục vợ con vì chúng không còn gì để cướp nữa. Họ nói, cứ lừa tụi nó qua tàu như các lần trước, sau đó chúng ta ùa lên cùng một lúc sẽ cướp tàu bắt tụi nó. Ai cũng có lý, chủ tàu và tài công không biết chọn lựa ra làm sao. Tôi thanh niên, tuổi trẻ hăng tiết. Đòi một sống một chết với đám hải tặc, các bác lớn để ý tôi từ đó.

Màn đêm buông xuống, bao trùm biển cả, xa xa có ánh đèn chập chờn, bác tài công xả hết tốc lực chạy về hướng đó. Nhưng mọi người bàn sợ lọt vô đảo của hải tặc Thái thì coi như chết, nên tàu dừng lại mà không dám chạy tiếp nữa. Đến nửa đêm thì gặp được một tàu buôn Singapour, họ bảo ánh sáng đó là đảo Pulau

Bidong, đảo tỵ nạn Việt Nam, chạy vô đi, nên tàu chúng tôi nổ máy trực chỉ, chạy gần đến thì tàu ngừng lại không vô vì sợ mắc lừa.

Đến hừng sáng, thì thấy được tàu Île de Lumière (Quang Đảo), là con tàu đầu tiên của hội Y Sĩ Thế Giới tại Pháp do bác sĩ Bernard Kouchner sáng lập năm 1979, (dưới thời tổng thống Nicolas Sarkozy, ông Kouchner làm tổng trưởng ngoại giao Pháp). Đây là một bệnh viện nổi. Nó đã cứu mạng, săn sóc không biết bao nhiêu người từ trại tỵ nạn Pulau Bidong đem ra tàu.

Những người ngồi trên, nhìn tàu Quang Đảo có cờ Pháp thì la ó, nói là mình được tàu Pháp vớt chớ không biết đó là bệnh viện nổi, có người nhìn thấy cờ Mã Lai trên các xà lan, hao hao giống cờ Mỹ thì la hét được Mỹ cứu. Chúng tôi ngồi dưới hầm tàu, ếch ngồi đáy giếng, chẳng thấy chi hết, chỉ lại sợ họ lầm như lần đầu, tôi ráng chen lấn, lấy sức đu lên tầng trên để biết thực hư.

Tàu chúng tôi chỉ chạy vòng vòng chung quanh tàu Quang Đảo mà không leo lên được vì tàu quá cao, chúng tôi được những người trên tàu nói vọng xuống cho biết là chúng tôi đã đến được Pulau Bidong và khuyên chúng tôi kẹp sát vào tàu Quang Đảo để đề phòng tàu biên phòng Mã cặp dây kéo ra khơi như nhiều thuyền trước đã bị.

Khoảng sau vài giờ thương lượng với chính quyền Mã và các ban đại diện trại cũng như là các phái đoàn cao ủy đang có mặt trên đảo, tàu chúng tôi được phép lên bờ, vì hôm đó là ngày ân xá của vua Mã.

Có lẽ tàu chúng tôi là một trong những tàu đầu tiên được cặp bến dưới sự bảo trợ của cảnh sát Mã, làm thủ tục nhập đảo một cách chính thức đàng hoàng.

Cảnh sát Mã cho tàu đổ bộ lên cầu "supply», mọi người xếp hàng leo xuống, không được đem theo bất cứ đồ gì, cảnh sát Mã viện lý do vệ sinh và an ninh, lính Mã cấm không được mang tài liệu Cộng Sản nhập trại, tất cả hành lý phải được chúng kiểm soát trước, thấy vậy, ai cũng dư biết là mọi hành lý đều bị lính Mã lấy, tránh được cướp biển lại gặp cướp cạn.

Mọi người leo xuống đứng chật ních hết cả cái cầu "supply", người trong đảo ùa ra coi, đứng đông đen hết bãi biển phía trước, lúc này là sáng sớm, nên khí trời còn mát mẻ, tôi nhìn lên bãi biển, thấy thanh niên tóc người nào người nấy dài chấm vai, ở trần, đen thui và mặc toàn xà- lỏn, dưới chân cầu có số đông thanh niên bơi ra hy vọng kiếm được người thân hay vì tò mò. Ngược lại đàn bà con gái thì rất ít, không biết họ trốn đi đâu hết.

Sau khi mọi người xuống hết trên cầu, lính Mã bắt mọi người ngồi xuống đợi làm thủ tục nhập đảo, không cho ai lên bờ.

Đoàn người xếp hàng xuống cầu, chúng kiểm soát từng gia đình, vàng vòng, ngoại tệ dollar phải khai báo.

Cái áo tôi bận còn giấu trong cổ áo 400$ USD, đây là số tiền duy nhất anh em tôi còn giữ được, thấy tụi lính lục soát kỹ quá, nên tôi lo âu sợ lính Mã biết được coi như là mất luôn. Tính tới tính lui mà chẳng biết giấu đi đâu cho chắc ăn.

# Chương 9:
# Buồn Lâu Bi Đát
# (Pulau Bidong)

Tôi nhìn lên bãi biển, thấy những khối rác khổng lồ, các xác tàu đến trước nằm rải rác trên bãi biển, nhìn xa hơn, thấy rặng dừa, bà con đi qua lại với những cái sô nước, xa hơn nữa thì thấy toàn là chòi giăng tấm tăng nhựa màu xanh. Có lẽ vì vậy mà sau này có người đặt tên cho đảo Pulau Bidong là đảo màu xanh.

Tôi cố nhìn xuống đám người đang bơi lội dưới chân cầu "supply" với hy vọng biết đâu gặp được anh Sáu, nhưng hoài công, chẳng thấy anh Sáu đâu, biển trời bao la biết đâu mà tìm.

Trên bãi biển, người ta túa ra coi tàu mới đến, người đông không thể kể, hàng ngàn, hàng vạn người đứng nhìn đoàn người mới đến. Tôi thầm nói, biết đâu anh Sáu có trong đám người đứng trên bãi và cũng đang kiếm mình đây.

Hy vọng lóe lên, tôi phóng mắt nhìn kỹ từng khuôn mặt, bỗng dưng ánh mắt tôi dừng lại trên một anh thanh niên, đứng cao hơn các người khác cả cái đầu, ở trần rất là lực lưỡng, nước da ngăm đen, tóc bồng bềnh dài ngang vai. Mặc dù từ cầu nhìn vào bãi biển cũng cả hơn trăm thước, chỉ thấy có cái đầu, nét mặt thôi, vậy mà tôi tin chắc đó là anh Sáu, tôi dùng hết sức tàn gào tên anh, có lẽ anh Sáu cũng mong đợi giờ phút đó, thần giao cách cảm, tình máu mủ anh em thiêng liêng nên anh nghe tiếng gọi của tôi.

Tôi thấy anh thanh niên đó nhào xuống biển bơi ra phía cầu.

Sóng biển nhấp nhô, người bơi đông nghẹt cũng nhấp nhô, khó mà nhận ra mặt người thân, vậy mà ánh mắt tôi cứ bám sát anh thanh niên vừa mới nhào xuống biển đó vì tin chắc chắn là anh Sáu.

Còn khoảng chừng hai chục thước thì tôi nhận ra anh Sáu 100%, không thể nào lộn được nữa, mừng quá reo hò tưng bừng, tôi báo cho anh chị Tư và Chín biết, nhưng anh Tư còn nửa tin nửa ngờ, nhìn theo hướng tay tôi chỉ về anh thanh niên đó, anh ta bơi về hướng chúng tôi càng lúc càng gần, nhìn rõ đúng là anh Sáu, không sai đâu được.

Mừng ơi là mừng!

Anh Sáu kể là anh cũng bán tín bán nghi, nghe tiếng gọi mà không biết có phải chú Bảy không? Nên anh lao xuống biển bơi ra xem cho thỏa mãn. Sự thật, không ngờ, trời không phụ lòng người, không những gặp được chú Bảy mà còn có thêm anh chị Tư và chú Chín nữa.

Vui ơi là vui!

Lúc gặp được anh, chúng tôi mừng quá đi thôi, tự nhiên đúng ngay lúc đó, trời xui đất khiến cho tôi nghĩ ra cái kế làm bộ cởi cái áo chemise ra, cầm áo nhảy múa quay quay reo hò mừng rỡ gặp được người nhà, làm bộ quay quay cái áo quá trớn rớt xuống biển, tôi ra dấu và anh Sáu hiểu ý, bơi ra vớt áo, giữ kỹ liền. Coi như tụi tôi thoát được 400$ USD.

Bơi đến thành cầu anh Sáu hỏi anh em có cần chi không. Tôi ra dấu khát nước quá, anh vào kiếm nước cho các anh em uống.

Anh bơi vô với cái áo có tiền, mặc luôn vào người cho ăn chắc. Xong anh bơi ra không quên mang theo 3 lon coca- cola. Anh ném lên cầu cho chúng tôi chụp lấy, anh ném lon đầu tôi đưa cho anh chị Tư khui nổ liền cái "bộp" uống ngay. Anh ném lon thứ 2, tôi cũng khui nổ liền cái "bộp" ngon lành đưa qua cho chú Chín.

Anh ném lon thứ 3, tôi định khui tiếp uống liền, đột nhiên nhìn bên cạnh, thấy đứa con bác Trương nhìn lon coca, coi bộ rất là thèm, tôi thấy bác Trương rất là mệt mỏi sau cơn hành trình đầy nguy khốn, gian khổ mệt nhọc. Nhớ lại cái ân của bác giúp anh em chúng tôi lúc còn ở trên hải đảo Lại Sơn, không chút suy nghĩ, tôi đưa lon nước còn lại mời bác ngay, bác nhận lấy và chia cho các con uống cho đỡ mệt. Giá trị của lon coca chẳng là bao, nhưng đó là tấm lòng giữa người và người có nhau trong lúc khó khăn, hoạn nạn, có ở trong tình huống này mới thấy giá trị lon coca quý hơn tất cả vàng bạc châu báu.

Sau khi chú Chín làm vài ngụm quá đã, rồi chìa cái lon qua cho tôi làm một ngụm. Tôi không dám uống nhanh, nuốt từng ngụm nhỏ, hơi gaz coca dâng lên làm tôi ựa rồi khà một cái thật dài, thật là đã, tôi có thể nói rằng, tôi chưa bao giờ uống ngon như vậy, cái cảm giác này tôi chưa có lại được lần thứ hai trong đời.

Đến trưa, lính Mã xét người xong, chúng cho tất cả lên ngồi trên bờ chờ đợi làm thủ tục nhập trại, ban thông dịch thiện nguyện, ban trật tự trại ra tiếp đồng bào. Họ đem theo nước và cháo cho đồng bào mới đến uống, ai yếu quá là đưa về bệnh xá hải đảo hay đưa ra tàu Quang Đảo. Ai khỏe mạnh thì ở lại làm thủ tục chụp hình nhập trại.

Ban đại diện trại khuyên mọi người nên khai tên tuổi thật, chúng tôi chụp hình, có tấm bảng để dưới ngực, ghi số tàu, tên họ, ngày tháng năm sanh, ngày tháng nhập đảo.

Lúc lên bờ ngồi có Tâm và Phong, người đi cùng tàu và đang ở cùng lều với anh Sáu, đem nước đến cho anh em tụi tôi uống.

Số thứ tự tàu chúng tôi là 401, có tất cả 703 thuyền nhân, hình như tàu chúng tôi phá kỷ lục tàu có thuyền nhân đông nhất hải đảo. Với chiều dài chiếc tàu khoảng 30m, vậy mà sao công an nhét được trên 700 người. Có lẽ tàu chúng tôi nhờ ơn trên nên không bị chìm vì chở quá tải. Có vài cụ chết sau khi đến đảo được vài ngày vì kiệt sức.

Lên bờ, sau khi làm thủ tục nhập trại, chúng tôi phải bầu người trưởng tàu. Tàu lại chia ra thành nhiều nhóm, tôi không nhớ là tàu có bao nhiêu nhóm, mỗi nhóm lại bầu ra nhóm trưởng hay tổ trưởng. Các anh trong nhóm tổ chức, bầu chủ tàu làm trưởng tàu, rồi họ tự chia ra nhóm, cứ theo tên, số thứ tự là họ cắt ra làm thành một nhóm khoảng vài chục người.

Nhóm tôi có rất nhiều gia đình đều là ông bà già lớn tuổi và rất nhiều con nít, chỉ có anh em chúng tôi là độc thân, các cô bác hình như cũng để ý đến tôi từ lâu, họ đồng ý để tôi làm tổ trưởng một nhóm gần 40 người lúc mới hơn 17 tuổi...

Nhiệm vụ trưởng tàu là đi lãnh khẩu phần ăn, lương thực, nước uống cho cả tàu, nhiệm vụ tổ trưởng là phụ trưởng tàu đốc thúc thanh niên trong nhóm đi phụ khiêng những thùng khẩu phần, lương thực, đồ tươi ra chia lại cho tổ, rồi từ tổ chia ra cho gia đình hay từng người nếu đi theo diện độc thân...

Đến chiều thủ tục nhập đảo coi như xong, các hành lý đều được đem lên bờ, chất đống cao như núi. không ai được vô lấy đồ. Trời nhá nhem tối, lính Mã bắt đầu trả đồ lại cho mọi người, tụi nó cầm từng valise, túi đồ lên, hỏi của ai, đồ người nào người đó nhận, có nhiều va-li hỏi tới hỏi lui mà chẳng thấy ai nhận là chúng quăng qua một bên, tôi đợi hoài mà chẳng thấy đồ của mình đâu hết, có lẽ thất lạc hoặc đã bị hải tặc Thái Lan ăn cướp trước rồi.

Thằng lính Mã cầm cái mùng khá lớn hỏi của ai, nhìn chung quanh những người đi cùng tàu chẳng ai lên tiếng, tôi làm liều nhận lấy đại, nhờ vậy mà anh em tụi tôi có cái mùng ngủ đỡ, coi như chúng tôi trúng số được mùng lớn, mừng ơi là mừng, vì không mùng, có lẽ bị muỗi chích hút hết máu luôn.

Đến chiều, màn đêm buông xuống rất nhanh, lính Mã ra lệnh ngưng phát đồ, chúng rào lại nói là ngày mai phát tiếp, chẳng có ai dám cãi lại...

Tối đó, chú Chín rên đói, anh Sáu chạy ra chợ mua cái bánh bía đậu xanh, Chín vì đói, nên ăn ngấu nghiến bị trúng thực ngay, thở không được, nằm ì ra đó, làm anh em chúng tôi sợ quýnh lên. Phần chúng tôi thì đợi anh Sáu trổ tài nấu cơm với cá "hộp"" kho keo trong "lon". Ăn cơm với cá hộp, ôi ngon làm sao sau những ngày đói khát, sau đó lại được uống trà và ăn chén chè đậu xanh tráng miệng, thật là sang trọng làm sao! Về sau mới biết cao ủy tỵ nạn chỉ có cung cấp cá hộp và gà hộp, ăn riết chúng tôi ớn đến cổ, sau này thấy hai thứ cá hộp, gà hộp là tụi tôi chạy ngay.

Những ngày đầu lên bờ, tôi đi có cảm giác hụt hẫng như là đi trên mây trên nước, nói ra mới biết là mình còn say sóng, các anh kinh nghiệm nói là phải đợi một hai ngày mới hết trạng thái say sóng. Cảm giác lơ lửng này thật là ngồ ngộ.

Anh Sáu đến đảo trước, nên đã dựng được 1 cái chòi ở chung với mấy người bạn, cái chòi được dựng từ 4 thân cây, cái sàn là do những cây nhỏ kết lại, nóc chòi là

1 tấm tăng màu xanh, không có vách, tứ bề lộng gió, mỗi khi trời mưa lớn, coi như ngồi co ro vô giữa tránh mưa, lấy tăng ra hứng nước mưa để dành uống và tắm rửa. Ngày nào mưa to gió lớn, gió thổi nóc lều tung lên tung xuống muốn văng đi luôn. Nếu mưa ban ngày, các ông, các em bé, các thanh niên coi như được tắm mưa, nước mát rất là sướng. Nếu trời mưa về đêm là coi như không ngủ, thức trắng đêm đợi "qua cơn mưa", chỉ biết co ro ngồi trong lều mà cũng bị gió thổi nước mưa văng vào người ướt nhèm.

Cái chòi này là thuộc quyền sở hữu của anh Sáu và các bạn của anh, chúng tôi điều đình mua lại giá 300 đồng Mã, chúng tôi bán đi 200USD, mua lại căn chòi, 2 cái xoong, chén, đũa và 1 cây búa rìu để đi chặt củi, gọi là "đi củi". Chúng tôi ở chung với hai anh em Phong và Tâm, các bạn đi cùng tàu với anh Sáu, coi nhau như anh em.

Chòi của chúng tôi thuộc loại ba tầng. Tầng thượng là của chúng tôi, trên 1 diện tích khoảng 10 thước vuông cho tất cả 7 người. Anh chị Hương "già" xin đóng thêm 1 tầng giữa, 1 cái sàn riêng cho vợ chồng anh ta, tầng giữa và tầng thượng cách nhau khoảng 1 thước, muốn vô thì phải luồn người chun vô, vợ anh ta đang có bầu, mà cũng phải leo lên leo xuống như mọi người, thật tội nghiệp! Phía dưới nữa, là tầng hạ, tứ hải giai huynh đệ, anh em giang hồ tứ chiếng đến xin mắc võng, chéo qua chéo lại đâu đó 5 hay 6 cái võng, cứ có cột trống, hổng mặt đất là người ta mắc võng, mấy cái võng này đong đưa cùng một lúc là chòi đong đưa theo, không biết phép lạ nào giữ cái chòi không bao giờ sập.

Sàn chòi được đan bằng những khúc cây nhỏ, được lựa rất kỹ bớt có u có nần để ghép lại làm sàn. Đêm đầu, vì quá mệt nên nằm xuống ngủ không biết cấn đau là gì. Qua các đêm sau, cứ lăn qua lăn lại, cây cấn đâm vô xương sườn không tài nào ngủ ngon giấc được. Thậm chí, lúc đặt lưng xuống là phải nhè nhẹ, lựa thế từ từ nằm xuống, chớ không cây đâm vô lưng thì đau lắm.

Tôi làm tổ trưởng, huy động thanh niên trong nhóm đi khiêng các thùng khẩu phần chia lại cho bà con trong tổ, anh trưởng tàu nói là sau khi chia xong khẩu phần, các thùng cạc-tông phải trả lại cho ban tiếp liệu trại. Các thùng cạc-tông bị hư thì được giữ lại, tôi đem về, xé ra lót xuống sàn làm nệm. Ít lâu sau, tôi được một cái nệm "cạc-tông" êm ấm làm sao. Sau khi có được tấm nệm cạc-tông, mỗi lần chia khẩu phần, tôi chia đều các thùng cho các bà con trong nhóm để họ cũng có được tấm nệm như tôi. Người ta quý thùng cạc- tông như vàng vì nó có thể làm được nệm, cất được đồ, thậm chí, tôi tước xé các tấm giấy mỏng ra để làm giấy vệ sinh.

Vào mùa hè 1979, chính quyền Mã Lai dồn hết phần đông thuyền nhân về tập trung ở Pulau Bidong, đất hẹp, người đông nên chòi trên đảo rất có giá, các thanh niên đi lên đồi, lên triền núi ở bãi trước, phá rừng, đóng chòi rồi bán lại cho các gia đình có tiền mà không có sức phá rừng dựng lều. Mỗi căn chòi chỉ có bề rộng từ 2 đến 3 mét, dài khoảng 4 đến 5 thước vậy mà bán được khoảng 1 hay 2 cây vàng, tùy theo địa điểm tốt xấu (tiêu chuẩn xa bãi rác, nằm trên đồi, gần văn phòng trại, gần loa phóng thanh...). Nhờ vậy các anh độc thân, tứ cố vô thân mới kiếm được chút đỉnh tiền để sống qua ngày.

Chòi càng ngày càng nhiều, ban quản trị trại chia trại ra làm nhiều khu, chòi chúng tôi nằm trên khu F, gần cuối bãi trước Pulau Bidong "Buồn Lâu Bi Đát".

*Tự hoạ bãi trước Pulau Bidong – 12/1979*

Mọi sự liên lạc trên đảo đều qua các loa phóng thanh gắn trên những cây dừa trên đại lộ "supply". Ban thông tin đọc suốt ngày danh sách các tàu lên văn phòng trại để được cao ủy phỏng vấn, hoặc đọc tin tức quốc tế, tin tức bên nhà hay phóng thanh văn nghệ. Có lẽ quan trọng nhất là phóng thanh kêu gọi mọi người lên cao ủy phỏng vấn.

Chòi nào ở gần loa phóng thanh thì được giá hơn, vì người ta sợ "lỡ chuyến tàu", nghĩa là đến phiên được phái đoàn "nước thứ ba" kêu lên phỏng vấn mà không nghe, để qua phiên thì không biết khi nào mới được kêu trở lại.

Những lúc phái đoàn Hoa Kỳ, Canada, Pháp, Úc đến, là người ta nằm ì ở nhà hoặc ra ngồi dưới các loa phóng thanh đợi nghe có tên mình không. Tôi có biết anh bạn ở cùng xóm, hôm đó, chòi sắp hết củi, anh cùng các bạn rủ nhau đi củi. Trong khi đó, trên văn phòng trại kêu lên để phái đoàn Úc phỏng vấn, anh không có nhà, coi như lỡ chuyến tàu, kêu trời không thấu.

Phái đoàn Mỹ xếp hạng ưu tiên như sau:

- Ưu tiên một: Liên hệ vợ chồng, cha, mẹ, con.

- Ưu tiên hai: Liên hệ làm việc với chính quyền Mỹ

- Ưu tiên ba: Đi lính VNCH, bất kể sĩ quan hay binh nhì

- Ưu tiên bốn: Diện tứ cố vô thân còn gọi là diện hốt rác "nhân đạo"

Phái đoàn Úc thì chỉ nhận các cặp vợ chồng có con, hoặc là người có gia đình đi theo diện đoàn tụ. Không bao giờ nhận các thuyền nhân thuộc diện độc thân.

Các phái đoàn khác như Pháp, Canada, Đức, Bỉ, Hoà Lan... thì ai họ cũng nhận, miễn là mình tự nguyện xin đi định cư xứ của họ.

Phần đông, người ta chỉ thích đi định cư ở Hoa Kỳ, Úc và Pháp. Riêng anh em chúng tôi, điền hồ sơ chọn đi Bỉ vì muốn đoàn tụ với anh Hai.

Các anh tứ cố vô thân, không thuộc diện ưu tiên nào, thì thông thường được phái đoàn Mỹ vớt vào diện "hốt rác". Người đến đảo trước hay khuyên các anh này nên khai báo cho thành thật, chớ khai xạo mà họ biết được rồi họ "xù" kể như nằm trên sổ đen ty nạn. Vậy mà cũng có người khai bậy bạ, khai gian.

Có người đi lính binh nhì mà nổ là sĩ quan, bị phái đoàn hỏi vặn mấy câu, tiểu đoàn đó, thời gian đó ai là tiểu đoàn trưởng, sĩ quan khóa đó ai là đậu thủ khoa, không biết trả lời, khai số quân không đúng là bị phái đoàn Mỹ "xù" ngay. Lại có anh tuổi hơn 20 mà khai 16 để được đi diện mồ côi, hồ sơ cũng bị "xù" ngay.

Một khi bị một phái đoàn "xù" thì có lẽ phải đếm vài cuốn lịch trên đảo vì đã vào sổ đen người khai gian. Danh từ "xù" có lẽ tôi chỉ nghe được ở Pulau Bidong, đến bây giờ, lâu lắm rồi không thấy ai xài danh từ này nữa.

Ngay đêm đầu tiên hôm đó, tui đã nhận thấy khi màn đêm vừa buông xuống, là bà con tuôn xuống bãi trước đi vệ sinh. Đàn bà con gái chỉ đợi có lúc này, đi đại tiện hay tiểu tiện ngay bãi trước, tôi tự nghĩ thầm sao người ta không biết mắc cở, người đâu mà vô duyên. Ở đảo được vài ngày là tôi hiểu ngay, các cô bị bệnh đau bụng hoặc đến ngày đến tháng, ban ngày không dám leo lên núi, trốn vô bụi cây hoặc lội ra biển xa như đàn ông, con trai, các cô đợi màn đêm buông xuống, họ chỉ biết đợi lúc này mà làm cái chuyện chẳng đặng đừng đó.

Trong cơn bỉ cực với những "chuyện vệ sinh" của các nữ thuyền nhân, đám lính Mã lại lấy đó làm niềm vui, chọc ghẹo các bà, các cô. Đám lính Mã ngồi trong trại cảnh sát, ngồi lâu buồn, chúng lấy đèn rọi xuống bãi biển rồi cười hô hố rất là nham nhở. Hôm nào rãnh rỗi, hứng tình, chúng đi xuống bãi biển rọi đèn pin rồi cầm roi đánh đuổi người như là một trò chơi rượt bắt, thật là nham nhở, thiếu nhân cách.

Trên đảo có hơn 40.000 người vào lúc cao điểm, vậy mà không có một nhà cầu nào trên đảo.

Hình như luật bất thành văn, hai bên sườn đảo là cầu xí công cộng thiên nhiên khi trời chạng vạng tối. Về chiều, nước thủy triều xuống làm nổi lên các ghềnh đá hai bên sườn đảo, tạo thành những điểm ngồi thoải mái cho việc "đại tiện". Tôi không nhớ là sườn núi bên phải dành cho đàn bà và sườn núi bên trái dành đàn ông hoặc là ngược lại. Chiều đến, nước thủy triều rút, họ leo lên mấy ghềnh đá nhấp nhô, mỗi người chọn một hòn cao ráo, leo lên ngồi, vừa đại tiện, vừa huýt sáo, vừa hít thở khí trời, thậm chí cũng là nơi tán dóc với người chung quanh bên cạnh một cách rất tự nhiên, gió biển lồng lộng nên cũng không thấy hôi thúi là gì. Ngày đầu còn mắc cở, vì thấy kỳ kỳ làm sao, nhưng sau một tuần thì rất là tự nhiên, ai chậm chân là không còn mỏm đá nào ngồi.

Nước thủy triều lên xuống là động cơ chùi rửa cầu tiêu công cộng này, bởi vì buổi tối, nước thủy triều lên, rửa sạch các mỏm đá, đến chiều, nước thủy triều xuống thì biển kéo hết cái dơ trên bãi ra đại dương, giống như là trời cho người dội nước rửa bãi trước và các ghềnh đá. Cái này coi như được thiên nhiên ưu đãi người tỵ nạn chúng ta trên hải đảo.

Nhưng khổ nỗi, trong tháng, có một tuần nước thủy triều dâng cao trong ngày, thì biển lại đem hết những cái dơ của đại dương vào đảo, bao nhiêu rác rưới sẽ vào lại bãi, biển rất là dơ, phân, rác, dòi nổi lềnh bềnh.

Những ngày nước thủy triều dâng cao rất cực, vì không còn cầu tiêu thiên nhiên nữa. Đàn ông, thanh niên có sức thì leo núi, leo rừng kiếm gốc cây, mỏm đá cheo veo. Xung quanh dưới chân núi, ngó chỗ nào cũng có "mìn", đi lạng quạng là đạp trúng "mìn" ngay. Các bà, các cô, sức yếu, thế cô, chỉ đợi về đêm ra ngay bãi trước làm cái chuyện chẳng đặng đừng đó.

Lúc trời hừng đông vừa ló dạng, khoảng 5 giờ sáng, loa phóng thanh trên đảo bắt đầu làm việc, mở đầu là bài "Việt Nam, Việt Nam", sau đó thông tin loan báo tin tức cộng đồng trên đảo, tin Việt Nam, tin quốc tế. Những người yêu chuộng thể thao, thì ra bãi trước tập thể dục, múa Thái Cực Quyền. Chợ Pulau cũng bắt đầu mở, các quầy bánh mì, quầy bánh, quầy cháo, quầy trái cây bắt đầu họp chợ. Các quán cà- phê khu F, gần chòi chúng tôi, mùi nấu cà- phê thơm phức bay sang chòi, quán bắt đầu mở nhạc vàng thật lớn, mỗi ngày như mọi ngày, cái băng cũ rích hát đi hát lại:

*"Sàigòn ơi, tôi đã mất người trong cuộc đời*
*Sàigòn ơi, thôi đã hết thời gian tuyệt vời*
*Giờ còn đây, những kỷ niệm sống trong tôi*
*Những nụ cười mát trên môi*
*Những giọt lệ ôi sầu đắng.»*
**(Vĩnh biệt Sài Gòn – Nam Lộc)**

Sáng sớm, tiếng nhạc văng vẳng, nghe các bản nhạc mà lòng quay quắt quặn đau, buồn rười rượi vì Sài Gòn ơi, tôi đã mất người trong cuộc đời.

Nghe riết, chúng tôi thuộc làu các bản nhạc này luôn.

Chợ Pulau nằm ngay bãi trước, họ bày bán dọc theo hai bên lối đi con đường Độc Đạo duy nhứt. Người ta bày bán những thứ hàng gia dụng hàng ngày. Họ bày hàng trên các thùng cạc- tông như là táo, cam, bánh bía, bánh mì. Có luôn các gian hàng bày bán đủ loại đinh ốc, dao búa kềm cưa và cũng có luôn cửa hàng "kim hoàn", đổi ngoại tệ...

"Độc Đạo" là con đường chính đi ra cầu "supply" lãnh khẩu phần, đường đi lên văn phòng trại làm phỏng vấn, bổ túc hồ sơ xin ty nạn nước thứ 3, đường đi ra citerne để lãnh nước. Từ xa nhìn vào, người đi tấp nập trên đại lộ này như là một đàn kiến, đi lên đi xuống cả ngày không ngừng.

Nói là đường "Độc Đạo" cho nó oai, thật ra nó chỉ là con đường mòn trước bãi, chiều rộng khoảng chừng 2 thước chạy từ đầu bãi đến cuối bãi. Nếu người nhỏ con, đứng trong đám người này là sẽ bị lạc phương hướng liền, vì đi lên hay đi xuống đều như nhau, lúc đó phải lội xuống biển, định phương hướng rồi mới đi tiếp được. Có chuyện cần đi gấp lên văn phòng trại thì phải lội xuống biển mà đi. Ngày nào bị nước thủy triều dâng cao trong ngày, coi như lội trên rác, trên dòi, trên phân mà đi, cứ vậy nhắm mắt mà bước tới.

Chuyện vệ sinh, rác rưới trên đảo gần như là bó tay, phó mặc cho trời che chở chúng sanh. Không biết nhờ phép lạ nào mà trên đảo không hề có một bệnh dịch nào dù điều kiện vệ sinh, nước sạch nằm dưới mức điều kiện tối thiểu phải có.

Với bốn vạn thuyền nhân, số rác thải ra hằng ngày không thể tưởng tượng được. Ban quản trị trại kêu gọi thanh niên thiện nguyện đi đào hố rác ở các bãi cát trống ở bãi trước, hố nào hố nấy to đùng, vậy mà chỉ cần có vài ngày, các hố đã đầy ngập, dưới cái nóng như lửa ở hải đảo, dòi, ruồi tha hồ nảy nở trên các hố rác. Dòi nhiều đến nỗi chỉ cần có một cơn sóng nhỏ, là dòi tràn xuống nổi lềnh bềnh trắng bóc trên mặt sóng biển. Có dòi thì phải có ruồi, ruồi nhiều vô số kể, đi ngang qua các đồi rác là thấy hàng vạn con ruồi xanh, con nào con nấy to như hột đậu đen. Bị động, chúng nó bay lên cùng một lúc như là đám bụi mây đen, nghe vo vo thấy mà kinh sợ phải bỏ chạy lấy thân. Mỗi lần gió thổi ngược về lều, ai mà ở gần các hố rác coi như chịu mùi tanh hôi nồng nặc, nếu đang ăn cơm, có lẽ phải bỏ chén cơm vì không thể nào chịu nổi cái mùi tanh hôi lợm giọng của rác này.

Hố rác đầy, ban "vệ sinh" quản trị trại lại kêu gọi thanh niên thiện nguyện đi đào hố rác mới kế bên; Thời gian thấm thoát trôi qua, các hố lại đầy mà ban quản trị không còn biết đào ở đâu nữa vì đào lên là đã có rác bên dưới rồi, bãi biển thì chỉ có bao nhiêu đó, tìm đâu ra chỗ mới để chôn rác, leo lên sườn đồi đào thì lại bị đá núi, thì làm sao đào sâu được. Thật là bó tay, bài toán gần như không có đáp số.

Kẹt quá, ban "vệ sinh" quản trị yêu cầu mọi người nên đập cái lon đồ hộp dẹp lại trước khi quăng để đỡ chiếm chỗ. Nhưng cũng không đủ chỗ chôn rác, sau đó ban "vệ sinh" quản trị lại nảy ra cái ý, đóng xà lan, tất cả đồ hộp được đập dẹp quăng lên đó, đầy xà lang thì kéo ra khơi thả vào lòng biển, lon sắt tha hồ chìm xuống lòng biển, làm ô uế cả vùng biển hoang vu.

Hội lưỡi liềm đỏ của Mã Lai, đại diện cho cao ủy tỵ nạn UHNCR, cứ ba ngày là phát đồ ăn theo khẩu phần, cứ nghe loa phóng thanh gọi "yêu cầu đại diện tàu từ số

X đến Y ra cầu supply nhận khẩu phần» nghe đến số tàu mình là tự động ra cầu supply, phần tôi là tổ trưởng, nên phải ra ngay, để đi gặp anh tàu trưởng cùng đi nhận các thùng đồ ăn khẩu phần cho tổ, sau đó đợi các đại diện gia đình đến tôi giao lại khẩu phần cho từng gia đình.

Khẩu phần một người là 1 bị thức ăn gồm có: 1 hộp đậu, 1 hộp cá mòi, 1 hộp gà (thịt gà thì không thấy, chỉ toàn là da gà và nước lèo, hên lắm thì được 1 miếng thịt vụn), 2 bao trà, 1 bao muối, 2 bao đường, 2 bao gạo 1 ký, 2 bao mì gói hay 2 bao bánh mặn. Khẩu phần này ăn cho 3 ngày.

Ngoài ra, cứ hai ngày là đi lãnh nước ngọt, xà lan nước chở từ Tân Gia Ba, lãnh 40 lít cho 3 người và cho hai ngày, số nước chỉ đủ uống và nấu cơm, ai muốn tắm thì phải lội ra biển mà tắm. Các thanh niên còn sức khỏe thì leo ra ở bãi sau mà tắm biển cho sạch, vì bãi trước là cầu tiêu công cộng về đêm nên rất dơ, không ai dám tắm.

Trên đảo không có giếng nước ngọt, người đến đảo, lúc ban đầu, cùng nhau đào giếng rất là nhiều, nhưng chỉ có nước lờ lợ ngọt mà thôi, nước rất là đục, không thể nào uống được, người ta hứng để rửa chén đĩa, tay chân thôi.

Chợ trời dã chiến Pulau được hình thành vì nhu cầu sống của các thuyền nhân, ban đêm tàu tụi Mã đậu ngoài khơi ở bãi sau, cảnh sát Mã cấm người dân buôn bán với người Việt tỵ nạn, người mình, ai có gan chèo ghe ra mua, thường thường là các tay anh chị giang hồ chèo ghe ra, người ta gọi là đi "buôn lậu», mua xong đem vô bán lại kiếm lời, ai nhất gan, thì đợi các tay anh chị giang hồ đem đồ vô bãi, rồi mua lại tại bãi, sáng đem ra chợ bán cũng kiếm được ít đồng. Đồ buôn bán "lậu" là những thứ dùng hàng ngày như là thuốc men, trái cây, rau cải, thịt cá, chén đũa, búa rìu, cưa, đinh... vv...

Tụi lính Mã thì quá biết các chuyến "buôn lậu» loại này, nhưng họ giả bộ làm ngơ cho thuyền nhân buôn bán để có sự sống, lâu lâu làm bộ đi bố ráp ngay tại bãi sau cho có lệ, ai xui bị bắt, là chúng được dịp ăn chặn của dân ty nạn, chẳng khác gì bọn cướp cạn. Chúng có đầy quyền uy, nên hay ra chợ phá rối, ăn hiếp thường dân vô tội.

Tôi nhớ có một hôm, lính Mã bố ráp một thanh niên dám đánh bọn lính vì anh ta không chịu nổi sự bắt chẹt, chèn ép của cảnh sát Mã. Bắt không được người, chúng bắt dẹp chợ, chúng đánh người ty nạn, chúng bắt người vô tội tùm lum, chúng làm cho dân hoảng sợ bỏ chợ, bỏ hàng, bỏ của chạy lấy người, chúng hốt đồ, chúng dồn đồ vô giữa chợ, chúng dồn các thùng cạc- tông, chất đống cao như núi rồi châm lửa đốt. Trời nóng, thùng giấy bắt lửa cháy ngụp trời, các lều ở gần chợ bỏ chạy lên núi hoặc ra biển vì sợ lửa bắt cháy cả đảo chạy không kịp.

Chúng ra yêu sách là ban quản trị trại phải kiếm ra cho được người thanh niên đánh chúng. Hỏi ra mới biết, đầu đuôi câu chuyện như thế này: thằng lính Mã láu cá, tới quày bán trái cây của một chị, hắn cầm trái bôm lên ăn mà không trả tiền và còn dê chị nữa, anh thanh niên đứng kế bên, có lẽ là chồng hay bồ chi đó, thấy bất bình, mới chửi thằng lính Mã, thằng lính sẵn cây ba- toong, đập anh liền, anh ta nổi nóng, có lẽ anh ta có võ, chụp tay thằng lính bẻ xuống và sẵn đà chém 1 cú karate lên cổ, thằng này đau quá bỏ chạy về đồn kêu cả toán lính ra dí bắt anh thanh niên, nhưng anh ta đã chạy mất tiêu rồi, chúng giận quá nên phá chợ, bắt bố những người chung quanh bắt khai anh thanh niên đó ở đâu.

Chúng đốt chợ, chúng khủng bố người tỵ nạn, chúng đình chỉ mọi sinh hoạt trên đảo, không phát lương thực, không phát nước, không cho tiếp rước phái đoàn nước thứ ba đến phỏng vấn, như là giới nghiêm 24/24, thật là một ngày kinh hoàng. Dân tỵ nạn trên đảo rất đoàn kết, họ không khai anh thanh niên đó, cuối cùng đâu cũng vào đó. Sau vụ này, đám lính Mã lúc nào cũng đi một toán khi đi ra chợ vì sợ dân tỵ nạn trả thù.

Tôi cũng nhớ có một lần, vào buổi chiều, có một ghe thuyền nhân đến được đảo, có lẽ đám lính tàu tuần Mã Lai ngủ gật trên tàu, nên ghe vô thẳng đảo một cách tự nhiên, cách bờ khoảng chừng 50 thước, ca-nô cảnh sát Mã phát hiện, chúng xả hết tốc lực chạy đến, nếu tàu đến kịp là nó cột dây vô ghe kéo ra khơi ngay. Bà con trên đảo thấy vậy liền bơi ra kêu gọi tất cả thuyền nhân trên tàu, bỏ thuyền nhảy xuống cho lẹ chớ không bị cảnh sát Mã kéo ra khơi, có các cô, các em bé hết sức, bơi không nổi thì được các thanh niên trên đảo phụ nhau dìu vô bờ tẩu tán, phân chia mỏng ngay. Tụi lính đến thì đã quá trễ, không còn biết ai mà bắt, nên đâm ra tức giận sự đoàn kết của các thuyền nhân trên đảo, chúng lại đánh đập, khủng bố những người đứng gần đó. Chúng lại đưa ra yêu sách, nếu những người trên đảo không đem nộp những người mới đến thì chúng sẽ cúp nước, cúp khẩu phần...

Như là Cộng Sản, lúc nào cũng hù dọa khủng bố bao tử người ta. Cũng là một ngày kinh hoàng nhưng vui vì người trên bờ nhất định không bỏ người dưới biển. Tinh thần đoàn kết thuyền nhân trên đảo thật là tuyệt.

Ghe này đúng là thật may mắn, hình như có khoảng trên dưới 30 người, toàn là gia đình bà con, hôm đó có phái đoàn Úc hay Pháp đến phỏng vấn, chứng kiến cảnh lính Mã xô đuổi người tỵ nạn, cũng như là yêu sách chính quyền Mã đòi trưởng trại nộp bắt hết các thuyền nhân này nếu không chúng đình chỉ hết mọi sinh hoạt. Phái đoàn này thương lượng với chính quyền, họ quyết định nhận hết người trên ghe cho đi định cư ở đệ tam quốc gia ngay để tránh tình trạng khủng hoảng "chính trị".

Các thuyền nhân này, họ chỉ ở trên đảo đúng một ngày, hôm sau là được lên tàu rời đảo vào đất liền ngay. Có lẽ họ là người ở trên đảo ngắn nhất và không được "may mắn" nếm mùi khẩu phần cá mòi.

Các ghe kém may mắn thì rất nhiều, tôi đã chứng kiến nhiều tàu trực chỉ vô đảo, nhưng nửa đường gãy cánh, ca- nô tàu tuần chạy rất nhanh, chạy đến chận đầu ghe, rồi cảnh sát nhảy qua cột dây vô kéo ra khơi. Nhìn cảnh này, không biết số phận các thuyền nhân này ra sao, không biết họ có đến được bến bờ tự do hay là làm mồi cho biển cả.

Một câu chuyện khác, làm tôi nhớ mãi hình ảnh đoàn kết các thuyền nhân trên đảo cũng như sự biết ơn các thuyền nhân đối với những người cứu họ. Đó là câu chuyện con tàu Quang Đảo (con tàu île de Lumière), con tàu này không biết cưu mang bao nhiêu bệnh nhân, không biết bao nhiêu em bé đã sanh ra trên con tàu, và nó cũng cưu mang không biết bao nhiêu thuyền, ghe cặp

153

vào nó khi bị tàu cảnh sát biên phòng Mã rượt, nhờ vào uy thế và uy tín "Y Sĩ Không Biên Giới" (hội Médecin Sans Frontière), mỗi lần thuyền vượt biên cặp vào tàu Quang Đảo là các bác sĩ lấy máy chụp hình ra chụp và quay, nên các tàu cảnh sát Mã không dám nhảy qua cột đầu ghe kéo ra.

Trong những người mang ơn tàu Quang Đảo là có ghe chúng tôi KG- 0007. Tàu chúng tôi đã cặp vào tàu Quang Đảo trong khi chờ đợi thương lượng để được lên bờ.

Ngày con tàu Quang Đảo rời đảo, ban quản trị trại thông báo cho tất cả thuyền nhân biết để ra chào tạm biệt, bà con thuyền nhân hầu như là ra đứng hết ở bãi trước, đứng đầy trên cầu supply, đứng đầy trên ngọn đồi Công Giáo, đứng luôn trên các mỏm đá chơi vơi, cheo leo, nơi nào có chỗ trống hướng ra biển là nơi đó có thuyền nhân đứng chờ sẵn để vẫy tay chào tạm biệt, cũng có một số thanh niên bơi ra khơi đợi con tàu ra để tiễn. Con tàu trước khi ra đi, nó hụ ba hồi còi rất thảm thiết, người dân trên đảo lại hú lên đáp lời còi, mọi người đều vẫy tay, vẫy tay chào tạm biệt con tàu, con tàu lại hụ lên một hồi còi rồi từ từ nhổ neo ra khơi, các y sĩ, bác sĩ, thủy thủ đoàn đứng trên boong tàu vẫy tay chào tạm biệt đảo.

Con tàu vừa ra khơi được một tý, bà con đang đứng trên bờ, trên cầu supply, tất cả nhào xuống biển như bị sức hút con tàu, họ cố bơi theo tạm biệt con tàu đã cứu mạng họ. Con tàu đã ra khơi, có lẽ không chịu nổi sức hút của thuyền nhân nên nó quay đầu trở lại, vừa quay đầu vô vừa hụ còi tạm biệt, các y sĩ, bác sĩ, thủy thủ đoàn vẫn đứng yên trên boong tàu vẫy tay, vẫy tay chào tạm biệt đảo. Dân ty nạn thì vỗ tay hò reo vui mừng, rồi lại vẫy tay, vẫy tay chào nhau lần cuối. Hình ảnh tạm biệt con tàu cứ in mãi trong tận ký ức của tôi, hình ảnh tuyệt vời giữa người và người trong lúc khốn cùng.

Số tiền anh em tôi còn được, ăn từ từ cũng hết, cộng với anh chị Tư bị ghẻ ngứa rất nặng, Chín thì bị chút chút, nên tiền mua thuốc cũng khá hao ngân sách. Anh em chúng tôi bàn nhau đi "buôn lậu" để có tiền tẩm bổ thêm cho các bữa ăn đồ hộp. Chúng tôi thuộc loại nhát và ít vốn, nên "nhát" đứng trong bờ. Đi buôn lậu "nhát" mà cũng nhiều nguy hiểm, vì đêm tối trời leo núi ra bãi sau, vô ý trợt chân té là sứt đầu bể trán, trặc chân trặc tay. Lúc ra đến bãi, xui đúng ngày đi bố ráp cảnh sát Mã, chạy không kịp là tiền mất tật mang. Anh nào bị lính Mã bắt được là chúng đem về đồn, cạo đầu lởm chởm, và bắt đứng dưới cột cờ thị uy làm gương cho thiên hạ thấy sợ mà không dám đi buôn lậu nữa.

Chúng tôi đợi đêm sáng trăng cho bớt nguy hiểm, nửa khuya, anh Tư, anh Sáu và tôi leo ra bãi sau, đứng đợi trên bãi mà lúc nào cũng cảnh giác nếu có động tịnh lính Mã bố ráp là chúng tôi lên núi tẩu tán ngay vô rừng. Chúng tôi đứng đợi các tay anh chị đem hàng từ ngoài biển vô, và sau đó mua khi thì thùng bôm xanh (trái táo- apple), khi thì thùng cam, thùng mì, rồi khệ nệ, ì ạch phụ nhau leo núi khiêng về. Sáng sớm, chị Tư và Chín có nhiệm vụ ra ngồi ở chợ bán lẻ, cuối ngày chỉ kiếm lại được vốn hoặc lời ít đồng, nhưng lời nhiều là chú Chín ngồi ở chợ với chị Tư, thấy trái nào hơi dập dập, xấu xấu là xin chị Tư đớp lia chia. Chiều đến, trái nào chưa bán thì đem về cho anh chị Tư tẩm bổ cho có vitamine, vì anh chị bị bệnh ngoài da khá nặng, còn dư nhiều thì tôi và anh Sáu cũng được hưởng sái chút chút.

Chuyện than củi ở trên đảo, người tỵ nạn phải hoàn toàn tự túc, cao ủy chỉ phát đồ ăn nước uống chớ không phát xoong, chảo, nồi, niêu. Mọi thứ còn lại từ cây đinh đến cái chén mọi người phải tự lo lấy.

Các anh độc thân, hiền, không có vốn hoặc không đủ gan chèo ghe bơi ra mua đồ "lậu" đem vô bán, thì họ đi củi đem về bán cho các gia đình toàn đàn bà hoặc những chủ tàu đầy vàng, vung tiền ra mua củi về chụm. Họ bán sức lao động một ngày băng rừng lội biển, không biết bao hiểm nguy, nào là bị cây sập đè, trợt chân té gãy tay gãy chân, đổi lại được vài chục đồng tiền Mã để hút thuốc lá, ăn bánh mì, tô cháo thịt, nhậu nhẹt lai rai hay có tiền mua tem gởi thơ. Anh Sáu tui cũng có mặt trong đám thanh niên này. Đi củi kiếm tiền hút thuốc, ăn bánh bía...

Anh em tôi có mua 1 cái búa rìu để đi củi, các bạn ở lều kế bên thì có cưa và mắt kiếng lặn, nên chúng tôi cho họ mượn búa rìu, thì họ cho chúng tôi mượn lại cưa. Chúng tôi hay đi củi chung với các anh hàng xóm, người có búa rìu, người có cưa, đi củi chung với nhau, có gì còn cứu lấy nhau trong trường hợp trợt chân, cây đè.

Những ngày rảnh, chẳng có chi làm, chẳng có phái đoàn nào phỏng vấn, tôi và anh Sáu leo ra bãi sau tắm, có lúc chú Chín cũng đi theo. Từ chòi phải leo lên đỉnh núi rồi mới leo xuống thì mới ra được bãi sau. Vì đường đi cheo leo, khó khăn, nên không có nhiều người leo ra bãi sau tắm.

Bãi sau Pulau Bidong có những mỏm đá chơi vơi ra biển, đứng trên các mỏm đá khá cao này, lấy đà nhảy 1 cái đùng xuống biển rất là đã. Có lần anh Sáu lấy le, không biết chỗ đó có sâu không, anh thấy người ta nhảy co chân xuống ào ào, anh chê xấu, chứng tỏ mình là dân Nha Trang, bơi rất chì, anh lấy đà nhảy cái đầu xuống trước như là Tarzan, mấy đứa con nít trố mắt nhìn khen suýt xoa, nhưng không ngờ, hôm đó, nước thủy triều rút nhanh, chỗ đó không còn được sâu lắm, anh lại khá nặng ký nên đâm đầu thẳng xuống lòng biển, anh lanh trí lái hai cái tay để trồi lên, vừa kịp trên gang tấc, hai cái tay bị san hô cắt máu chảy đầm đìa làm ai cũng sợ không dám nhảy chỗ đó nữa, nghĩ lại, anh không bị gãy tay, gãy chân là còn phước.

Sau khi vui đùa với biển cả, anh em tôi đi kiếm anh Hảo, vì ngày nào anh cũng đi lặn, thấy anh là chúng tôi mượn kiếng lặn đi bắt cá dưới lòng biển bằng tay. Dưới lòng biển cạn, có rất nhiều lưới cá bị mắc san hô nên còn nằm dưới đáy biển, anh em tôi lợi dụng các lưới này để đi bắt cá.

Có lẽ quý vị không hiểu bắt cá bằng tay dưới biển ra sao, làm thế nào có thể lặn bắt cá bằng tay, không dao, không đồ đâm, chỉ cần có 1 cái kiếng lặn thôi. Như thế này, chúng tôi mang kiếng lặn, lặn xuống nơi có nhiều cá gần các lưới chìm dưới đáy biển, tiến gần đến con cá liền khua khua hai tay làm cho cá sợ, con cá thấy người, nên sợ quay đầu lại bỏ chạy, bơi chạy gấp quá, nó đâm vào lưới, đã dính vào lưới thì có vẫy vùng cách mấy cũng không sao thoát ra được, sau đó tôi trồi lên tháo kiếng lặn đưa cho anh Sáu lặn xuống, lặn sát con cá bị mắc lưới, lấy thế, một tay nắm đầu cá, một tay lấy sức đấm vào đầu con cá vài cái để nó đừng vẫy vùng nữa, con cá thấm đòn nên nằm im, dưới nước con cá rất là trơn, hấp tấp là nó vùng vẫy tuột khỏi tay là mất ngay, nên phải đấm cho nó ngất trước, sau khi đấm vài cái hết hơi anh Sáu lại trồi lên, đưa lại kiếng lặn qua cho tôi lặn xuống, nếu nó chưa ngất, là tui xuống dộng thêm vài cái cho chắc ăn , hết hơi lại trồi lên, đưa lại kiếng lặn cho anh Sáu, lặn xuống gỡ con cá ra đem lên làm chiến lợi phẩm.

Hai anh em, cứ lặn lên hụp xuống cả buổi sáng, đến trưa là có được vài con cá tươi, đem về đưa cho chị Tư ram hoặc kho, rất là ngon và đầy thú vị.

Trước mặt chòi tụi tôi, cách nhau một con đường mòn khoảng hơn một thước, có một gia đình người Nam. Họ có cô con gái chạc bằng tuổi tôi, xinh xinh, có nước da bánh mật, hai con mắt đen láy, gương mặt trái xoan, mái tóc thề dài chấm trên vai, có hai ngón tay dị tật dính lại với nhau, nàng hay ngó trộm tôi, vô tình tôi cũng nhìn lại nàng, lúc đó lòng tôi xao xuyến, cảm thấy thích thích cô hàng xóm mà không biết vì sao tôi thích, mà thích cái gì tôi cũng không biết nữa.

Các anh giang hồ tứ chiếng, treo võng phía dưới chòi, có cây đàn guitare, tôi hay mượn lên và khẩy hát các bài "bay đi cánh chim biển" "Adieu sois heureuse - xa nhau hãy vui lên em"...

Tôi hát thật to, không cần biết tiếng hát mình có hay hay không, nghĩ lại, tôi thấy sao hồi đó tôi lì đòn, có lẽ hồi đó tôi được uống mấy thang thuốc "liều", tôi cố ý hát thật to, thật lớn cho người con gái đó nghe, không biết cô ta có lắng nghe hay không, nhưng tôi linh cảm là người đó chắc chắn nằm bên kia chòi, đang đu đưa chiếc võng lắng nghe tiếng hát Trương Chi.

Tôi đoán chắc nàng đang chiêm ngưỡng nhìn trộm tôi khi tôi cất tiếng hát, tôi cố ý đưa mắt qua chòi kiếm nàng, bốn mắt chạm nhìn nhau, nàng và chàng đang nhìn nhau, tâm hồn tôi xao xuyến không biết vì sao xao xuyến, tim đập mạnh không biết vì sao đập mạnh, biết nói gì đây, vì biết mai này mỗi người một phương trời tỵ nạn ly hương.

Phải chăng, đây là hương tình yêu?

Kế bên chòi tụi tôi là anh Hảo, ở đảo đã lâu, ngày nào cũng đi đâm cá nên tóc cháy vàng như "Mỹ lai". Bên cạnh là võng ông Năm, ngày xưa đi lính hải quân VNCH, ông Năm bơi lội rất giỏi, ông Năm có biệt tài kể chuyện chưởng rất hay, ông kể rất lôi cuốn, chúng tôi ngày nào cũng bắt ông Năm kể chuyện lãng tử Lệnh Hồ Xung với chiêu kiếm hiểm độc "vô chiêu thắng hữu chiêu", chuyện tình ngang trái Dương Quá và sư phụ Tiểu Long Nữ, chuyện người hùng hũ chìm Tiêu Phong uống rượu với Đoàn Dự trong Lục Mạch Thần Kiếm. Nghe nói ông Năm được đi định cư ở Gia Nã Đại.

Anh Hảo đi lặn thường xuyên, anh khám phá ra một cái hang cá chình nằm sâu phía dưới rặng san hô dưới lòng biển, con chình này lớn lắm, có lẽ nó đã sống lâu ngày dưới lòng biển vắng, vậy mà cũng có người đến phá nó. Anh Hảo lượng sức mình không đủ sức bắt con chình, nên về xóm rủ thêm anh em chúng tôi và ông Năm, nhưng anh em tôi từ chối cuộc săn cá chình. Anh Hảo và ông Năm kiếm được cây sắt khá lớn, đập dẹp đầu rồi mài nhọn làm đồ đâm, đuôi cây sắt thì bẻ cong, cột vào dây thừng.

Mọi thứ đi săn cá chình chuẩn bị đã xong, ngày đẹp trời, các anh ra bãi sau đi săn con chình đó. Anh em chúng tôi tò mò đi theo coi, anh Hảo bơi ra khơi với ông

Năm, ông Năm ở trên, nắm cái dây thừng đã cột chặt vào đuôi cây sắt, chắc ăn ông cột luôn sợi dây thừng vào cái phao ruột xe, đâu đó vài phút, anh Hảo lặn xuống rặng san hô, con chình không bỏ chạy mà rút sâu vào trong hang trốn, anh Hảo chỉ đợi có vậy dí con chình vô hang và đâm nó, nó bị đâm xuyên người, đau đớn vẫy vùng, xông ra khỏi hang tấn công anh Hảo ngay, anh Hảo sợ quá, trồi lên ngay mặt nước, ông Năm lặn xuống cứu bồ, con chình bỏ chạy như dự đoán, kéo theo cái phao nổi trên mặt nước, nhờ theo cái phao đó mà họ theo dõi và kiếm ra được con chình, sau vài giờ quần thảo, con chình hết sức, nộp mạng.

Anh Hảo và ông Năm kéo con chình vô bờ làm chiến lợi phẩm. Con chình này rất lớn, dài hơn cả thước, màu đen tuyền, có lốm đốm vàng, bề ngang mập ú, to tròn như là mình con chó, gương mặt con chình rất hung dữ, răng nanh nhe ra, lần đầu tiên tôi thấy cá có "tai", ai nhìn vào cũng nói, con chình này có tai, nhìn cái đầu của nó như là đầu chó, thật là kinh khiếp. Anh em tôi nói nửa đùa nửa thật là con chình này tu thành tinh hóa chồn rồi.

Hai anh móc cổ con chình, mỗi người một đầu gánh về chòi, trên đường về, dân trên đảo túa theo coi "chình chúa" bị giết ăn thịt.

Về đến chòi, các anh làm thịt con chình, có lẽ hơn hai chục ký, anh em tôi được các anh cho một khoanh thịt ngon nhứt hơn cả ký, nhưng anh em tôi từ chối vì không dám ăn con "chình chúa" này vì sợ xui. Về đêm, các nhà được chia thịt chình, bắt đầu chiên cá chình, mùi tỏi, mùi mở cháy, bốc lên thơm phức, làm thèm chảy nước miếng, nhưng chúng tôi "nhất định" không ăn thịt chình chúa này và đành nuốt nước miếng ăn cá mòi hộp.

Tại sao chúng tôi sợ ăn cá chình thành tinh? Chuyện như thế này, ngày xưa, anh Phiệt tôi, lúc vợ có thai đứa thứ hai, sau 75, miếng thịt, miếng mỡ thật là khan hiếm, Sau sở ba tôi làm việc, có bãi sình khá lớn, có rất nhiều lươn sống trong bãi sình này đã lâu năm mà chẳng ai bắt ăn thịt. Anh nghe thiên hạ đồn, đàn bà có bầu ăn lươn, rất tốt cho bào thai. Thiếu thốn thức ăn, lại thương vợ đang có bầu, nên anh Phiệt tôi mới quyết định đi ra sau bãi lầy bắt lươn về nấu cháo cho vợ ăn.

Ra đến bãi sình, anh phóng lao xuống, vô tình bắt được con lươn lớn nhất, lại là con "lươn chúa", dân làng nói không nên ăn "lươn chúa", sẽ bị nhiều chuyện xui, anh ta không tin, vẫn đem về nấu cháo cho vợ và gia đình ăn, sau đó không biết bao nhiêu chuyện xui xẻo đã đến gia đình anh, vợ bị bệnh hiểm nghèo, trên mình vợ có vết bầm dài màu tím lốm đốm vàng như màu da con lươn, anh sợ quá, anh thắp nhang khấn vái, thành khẩn xin sám hối, ít ngày sau đó vợ hết bệnh và sanh nở mẹ tròn con vuông. Không biết lời khấn anh linh thiêng hay chỉ là một sự tình cờ ngẫu nhiên. Nhớ đến câu chuyện này, có kiêng có cữ thì có lành, cho nên anh em tôi nhất định không ăn thịt con "chình chúa" này.

Chiều hải đảo, đêm xuống rất mau, ai nấy lo về chòi để lo cơm nước vì khoảng 6 giờ là trời đen như mực. Các mái lều lại quá thấp và quá nhiều so với diện tích đảo, nên che hết ánh sáng. Đèn đuốc trên đảo lại không được cung cấp, người ta phải tự chế những cây đèn dầu dã chiến, họ lấy các lon đồ hộp chứa dầu ăn, nhúng vô cái miếng vải rồi đốt, ánh sáng leo lét rất ư là ảm đạm.

Tôi còn nhớ, chòi nào cũng treo cây Yucca, chúng tôi hay gọi là lan rừng nhưng chẳng phải là lan, cây Yucca có lá nhọn rất đẹp và dễ sống, lên rừng đi củi, thấy ngọn Yucca nào đẹp là cưa về bỏ vô lon đồ hộp rồi treo đầy bốn trụ chòi coi cũng trang nhã an nhàn tự tại lắm.

Tối đến, sau khi cơm nước vừa xong, chúng tôi nấu nước trà, bỏ vô lon, đi lang thang ra quán cà- phê ở đầu khu F nghe nhạc "vàng" ké, nghe hết bản này qua bản khác đến lúc cà- phê đóng cửa, tắt nhạc, thì mới đứng dậy đi về chòi ngủ.

Sáng đến là đi lãnh khẩu phần, lãnh nước, còn không thì lên văn phòng trại làm giấy tờ chờ phái đoàn cao ủy phỏng vấn. Thì giờ còn lại là đi tắm biển, đi củi, đánh cờ tướng, đánh domino hoặc đàn hát cho nhau nghe.

Mỗi ngày như mọi ngày, đời sống cứ như vậy mà trôi qua, ngày này tháng nọ cứ đi qua vùn vụt.

Tôi còn nhớ, có hôm cao ủy phát thịt gà tươi cho dân ty nạn , vì không có tủ lạnh, nên phải phân phát hết trong nội 1 ngày, ai nhận được là phải kho, hoặc chiên ngay chớ để qua ngày, nóng quá thịt sẽ thiu ngay, tàu tôi số thứ tự khá cao, nên chờ đến khoảng 8 giờ tối mới được lãnh, 1 con gà chia cho 10 người, tổ tôi được 7 con, tôi cứ góp 2 gia đình đủ 10 người là đưa cho họ 1 con, gia đình 8 người thì xẻo lại hai cái cánh hay một cái đùi, rồi đưa cho các anh chị đi độc thân không có gia đình. Sau khi lãnh gà về, nhà nhà thắp đèn dầu chiên kho gà, mùi gà nướng thơm rực cả đảo, không khí thấy nhộn nhịp như là ngày hội Tết, đây là lần duy nhất tôi được ăn gà tươi ở đảo Pulau Bidong.

Một hôm tôi đang đi lãnh khẩu phần, trên đường đi về chòi, thấy chị Tư đang hớt ha hớt hãi chạy đi kiếm tôi. Gặp được tôi, chị vừa thở vừa nói "mình có tên trên danh sách rời khỏi đảo chiều nay đi định cư ở Bỉ rồi". Bác Trương đứng kế bên, thấy vậy hỏi chuyện chi mà vui mừng thế, tôi báo tin mừng cho bác liền.

Thế là hai chị em tất tả chạy về chòi ngay để chuẩn bị lên đường chiều nay,

Về đến chòi, tôi vất ngay mấy thùng khẩu phần xuống, anh Tư, anh Sáu đang thu xếp đồ đạc đi vô đất liền, xếp tới xếp lui chỉ có mấy bộ đồ cũ, đồ đạc chẳng có chi mà chuẩn bị, tính tới tính lui, cái chòi trị giá cũng được vài trăm, có người sẵn sàng mua vì chòi chúng tôi ở địa điểm khá tốt, gần các loa công cộng để nghe tin tức sinh hoạt trên đảo, và rất tiện đường đi lên văn phòng trại, nhưng nhìn lại hai anh em Tâm và Phong sẽ trở thành người vô gia cư không chòi, chúng nó đang đợi đi đoàn tụ gia đình bên Mỹ. Chúng tôi không nỡ bán cái chòi, cho hết hai em Phong và Tâm, cho luôn nồi niêu xoong chảo và búa rìu đi củi, coi như là chúng được hưởng sái gia tài.

Cái gì cũng cho hai đứa, trừ cái dao găm Má tôi cho, cái dao găm này thật hữu dụng, chúng tôi dùng nó để khui đồ hộp, đi săn cá, chúng tôi chỉ có 1 con dao duy nhất này thôi để xài cho bất cứ việc gì, nó cũng là kỷ niệm của Má tôi nên tôi không cho mặc dù biết rằng mình không còn cần đến nó nữa. Cái dao găm này bây giờ tôi vẫn còn giữ và nó trở thành báu vật của gia đình.

Chúng tôi từ giã anh chị Hương, ông Năm, các anh em giang hồ tứ chiếng giăng võng phía dưới chòi, ai nấy đều chúc chúng tôi lên đường định cư được nhiều may mắn.

Tôi liền liếc mắt nhìn qua cô hàng xóm xinh xinh, bắt gặp cô nàng cũng đang nhìn tôi mà chẳng nói chi, bốn mắt lại nhìn lấy nhau, hai con mắt nàng thật đen, lung linh, thật đắm đuối, thật xao xuyến, thôi biết nói gì đây cho mối tình câm, có lẽ ánh mắt, nét nhìn thay cho vạn lời nói. Thôi ta xa nhau thật rồi.

*"Adieu, sois heureuse. Xa nhau hãy vui lên ,*
*Adieu et bonne chance.*
*Xa nhau may mắn cho em" (Art Sullivan)*

Tôi khe khẽ hát cho nàng đủ nghe, không biết ở phương trời nào đó, bây giờ nàng còn nhớ đến tôi không?

*"Yêu là chết ở trong lòng một ít*
*Vì mấy khi yêu mà chắc được yêu"*
*"Hoa nở để mà tàn,*
*Trăng tròn để mà khuyết,*
*Bèo hợp để mà tan,*
*Người gần để ly biệt."*
**(thơ Xuân Diệu)**

*Gặp nhau rồi để xa nhau.*
*Vĩnh biệt người tình Pulau Bidong.*

Khoảng hai giờ chiều, chúng tôi ra cầu supply, bác Trương và gia đình đã có mặt ở đó, bác là người Việt gốc Hoa, bác mua 5 trái bôm xanh, bác lấy bao bố gạo, tước các sợi chỉ đỏ ra, thắt thành nơ lên từng trái bôm.

Bác đưa từng trái bôm xanh có nơ đỏ cho từng đứa và bác nói "đây là món quà nho nhỏ, bác chúc các cháu đi định cư được nhiều may mắn và thành công trên con đường lưu vong" và nhắn nhủ thay câu giã từ "ở xứ người, các cháu cố ăn học mà vươn lên nhé, và trong bất cứ hoàn cảnh nào cũng phải đoàn kết nhé".

Món quà bôm xanh này bé nhỏ nhưng nó chứa đựng một tấm lòng quá lớn, đến ngày hôm nay, tôi còn nhớ như ngày hôm qua, không biết ở phương trời nào đó, bác và gia đình còn nhớ đến chúng tôi không?

Khung cảnh chia tay ở cầu supply thật cảm động, có những cặp tình nhân, khóc sướt mướt, yêu nhau, nâng đỡ lẫn nhau trên đảo, bây giờ nàng, hoặc chàng đi định cư, không biết còn gặp lại nhau không. Thậm chí, có nàng ra đi với cái bụng bầu, mà chàng còn ở lại chưa biết đi đâu vì thuộc diện tứ cố vô thân, không có thân nhân bảo lãnh nên đợi đi diện "hốt rác", là diện ưu tiên hạng bét. Lại có cặp chàng ra đi, để lại nàng với cái bụng bầu, bây giờ thân gái dặm trường, sanh nở ra sao, chàng không muốn đi cũng phải đi, ôi éo le làm sao. Có chàng đi Mỹ mà nàng lại đi Pháp đoàn tụ gia đình, chàng đi phương đông, nàng đi phương tây. Có những nhóm đưa tiễn nhau, hát cho nhau nghe những bài tình ca trước khi bước lên cầu supply.

Văng vẳng đâu đó tiếng hát Thái Thanh trên các loa phát thanh Nghìn trùng xa cách người đã đi rồi còn gì đâu nữa mà khóc với cười... (Phạm Duy)

Bà con còn ở lại không làm gì cũng ra cầu supply xem người đi hoặc tiễn người đi, nghe cao ủy đọc tên, từng người một có tên leo lên tàu. Sau khi mọi người có tên trên danh sách rời đảo lên hết trên tàu. Tàu nổ máy rời đảo, mọi người vẫy tay, vẫy tay chào nhau lần cuối.

Tôi cố giương mắt ghi nhận những hình ảnh chót Pulau Bidong, hàng dừa, những mái chòi xanh, đồi Công Giáo, cầu supply, đàn kiến thanh niên gánh nước lên xuống, chợ Pulau, tất cả dần dần xa mái chòi xanh, hàng dừa từ từ mất dạng.

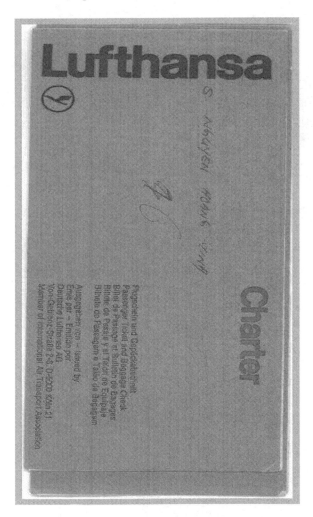

# Chương 10:
# One way ticket
# – Vé một chiều

Chúng tôi rời đảo vào cuối tháng bảy 1979. Tàu chạy khoảng 4 tiếng thì đến đất liền Kuala Trenganu. Cập vào cảng, hội lưỡi liềm đỏ của Mã chờ sẵn đón tiếp chúng tôi ngay. Họ phát thức ăn chiều và nước uống: 1 bao cơm, 1 trứng gà, 1 miếng cá tươi và 2 hộp trà đá. Có một số dân Mã đứng nhìn chúng tôi ăn cơm, có lẽ họ biết chúng tôi là người ty nạn, nên họ đưa thuốc lá mời chúng tôi, đúng là tình người, không như đám lính Mã ngoài hải đảo.

Khi màn đêm vừa sụp xuống, chúng tôi xếp hàng lên xe về Kuala Lumpur, xe chạy suốt đêm không ngừng đến sáng thì tới thủ đô Mã. Xe đưa chúng tôi đến trại tạm cư cho những người đi Úc. Xứ Bỉ nhỏ quá, và ít người đi Bỉ nên không có trại tạm cư riêng, coi như chúng tôi ở ké với trại người đi Úc. Ở đây chúng tôi phải đi khám sức khỏe, ai có bệnh thì phải trị cho hết trước khi đi định cư.

Số người tạm cư chờ đi đông hơn sức chứa của trại, không còn chỗ trống trong phòng, chúng tôi phải nằm ngủ ở ngoài, dưới mái hiên, trên các bục gỗ kê sẵn, chúng tôi nhập hai miếng gỗ lại cho 5 người, ngủ không có mùng mền chi hết. Mình phải tự mua lấy tấm vải làm mền che thân ngủ buổi tối.

Ở đây, mỗi sáng họ phát bánh mì và cà- phê hoặc trà sữa cho điểm tâm. Đến trưa, thì phát cơm gà, trứng, canh và 1 trái cây tươi (chuối, cam ), phần cơm tối sẽ giống như cơm trưa. Đến giờ ăn là chúng tôi xếp hàng lãnh đồ ăn. Cứ hai ba bữa là có xe chở hàng tạp hóa vô trại bán cho dân ty nạn.

Chiều chiều, khoảng 5 giờ, lính Mã mở cửa trại cho mọi người ra ngoài hít thở khí trời, đổi gió, khoảng 2 giờ sau thì gõ kẻng lùa người vô lại. Có nhiều người lợi dụng lúc này trốn ra ngoài thủ đô Kuala Lumpur (KL) chơi. Ai trốn trại đi chơi mà bị lính Mã bắt, thì sẽ bị phạt chùi cầu tiêu, quét trại, hốt rác. Biết vậy mà người ty nạn chúng tôi cũng liều trốn ra KL chơi, trên đường ra phố, dân Mã biết mình ty nạn nên họ hay cho áo quần hoặc cho đồ ăn.

Trong nhóm đi Bỉ có chị Hồng biết tiếng Pháp rất giỏi, có 2 nhà báo muốn phỏng vấn chị và chúng tôi, chị rủ chúng tôi cùng trốn trại ra ngoài, vừa ra khỏi trại là bị lính Mã chận bắt ngay, Tôi và chị Hồng trốn trong bụi cây nên thoát, đợi đến sẩm tối, chúng tôi mới dám đi xuống phố. Chị lấy địa chỉ hotel của hai ký giả Pháp đưa cho taxi chở tụi tôi đến. Ở đây họ phỏng vấn chị mà tôi chẳng hiểu chi hết, lâu lâu họ cũng phỏng vấn tôi, chị làm thông dịch viên, đại khái hỏi tôi kể lại chuyến đi, có bị hải tặc không, chuyện đời sống ở Pulau Bidong, họ hỏi tại sao bỏ nước ra đi...vv... Sau đó 2 chàng ký giả đưa tôi và chị đi ăn cơm. Đến khuya các anh đưa chúng tôi về đến dưới chân đồi, từ giã hai anh ký giả, chúng tôi leo lên đồi rồi vén rào chun vô trại.

Chúng tôi nhờ tằn tiện nên còn được khoảng 200$ USD, anh Tư bàn nên đi mua giày mang cho nó sang trọng để qua xứ người ta, chẳng lẽ mang đôi dép "kẹp». Anh Sáu thì bàn, tất cả anh em mình trốn ra chung, lấy tiền đó đi mua áo quần hoặc giày, nếu dư tiền thì đi ăn một bữa cho thỏa thích...

Đợi đêm tối trời, chúng tôi chui lỗ chó ra ngoài, ra đến thủ đô, tụi tôi đi ăn mì xào dòn, ngon ơi là ngon, tha hồ ngắm cảnh, dồ ăn xứ Mã rẻ lắm, nên chúng tôi còn bộn tiền, anh Tư mua cho tôi và chú Chín mỗi đứa đôi giày thể thao rẻ tiền, cái áo thung tôi đang mặc giống như một cái khăn lau nhà nên anh mua cho tôi cái áo mới, anh Sáu thì thích 1 chiếc đồng hồ để biết giờ biết ngày, anh Tư chơi bạo mua cho anh Sáu 1 cái đồng hồ Seiko điện tử trông thật là sang. Vậy mà chúng tôi cũng còn được vài chục đô, chị Tư đắn đo bàn không được xài nữa vì phải đề phòng hậu hoạn có ai học được chữ ngờ.

Chúng tôi đi chơi mút chỉ đến khuya mịt mới về. Về đến chân đồi, thì gặp thêm một số bạn cũng trốn trại đi chơi, chúng tôi cùng đi lên đồi, rón rén sửa soạn chui qua lỗ chó, ngờ đâu, tụi lính Mã đã đứng trong đợi, anh chị Tư bị xui, anh Tư vừa mới thò đầu qua lỗ chó thì bị lính Mã dí cây colt vô đầu như là tội phạm giết người

169

làm cho anh run gần chết. Chúng tôi còn ở ngoài thấy động nên chạy đi chui lỗ chó khác nên được thoát.

Chúng bắt hết mọi người trốn trại làm vệ sinh trại một ngày như là lau chùi cầu tiêu, quét sân, đổ rác. Biết là chúng chẳng có chi phạt hơn, nên người ty nạn cứ làm liều trốn trại ra thủ đô Kuala Lumpur chơi cho biết. Ngược lại đám lính Mã cũng cố ý làm ngơ cho người ty nạn ra thủ đô chơi xả láng, chớ ở trại lâu ngày sẽ phát điên và lâu lâu chúng cũng có dịp thị oai, cũng như có được người làm vệ sinh không công.

Chúng tôi sống trong trại tạm cư khoảng 1 tháng, trong thời gian này, chúng tôi thường xuyên đi khám bệnh, mỗi lần đi khám là mọi người rất khoái, vì được ra khỏi trại, được đi ngắm thủ đô Kuala Lumpur.

Đầu tháng chín 1979, chúng tôi có tên rời Kuala Lumpur đi định cư ở Vương Quốc Bỉ, nhóm người đi Bỉ tất cả là 17 người, chúng tôi đi ké cùng phái đoàn ty nạn Tây Đức, chính quyền Tây Đức dành riêng một phi cơ chở hơn 200 người đi định cư ở Tây Đức, máy bay còn chỗ trống nên cho phái đoàn Bỉ được đi ké qua Âu Châu.

Chúng tôi đáp máy bay xuống Frankfurt, Tây Đức, tại đây, chúng tôi chia tay các anh em mới quen trên chuyến đi, chúc các anh em được nhiều may mắn và thành công. .

Chúng tôi ngủ lại đây một đêm, Cao Ủy Ty Nạn đưa chúng tôi đến một hotel nhỏ, hình như ở ngoại ô thành phố, cứ hai người một phòng, sau hơn nửa năm, ngủ bờ, ngủ bụi, ăn ngủ trên những sàn nhà làm bằng cây cong queo, ăn ngủ trên tấm nệm cạc- tông, ăn ngủ ở mái hiên tạm cư trên những miếng gỗ ghép, đêm nào mưa to gió lớn, bốn phương lộng gió là thức trắng đêm...

*Figure 1One way ticket - Kuala Lumpur – Frankfurt*

Đêm nay chúng tôi được ngủ trong một căn phòng ấm cúng, sạch sẽ, để người ngã lên trên giường nệm, nằm thẳng lưng, đưa thẳng cẳng, hai tay dang rộng mà chẳng sợ đụng ai, tấm khăn giường trắng tinh, mền dày cộm, ấm áp, thơm phức. Vào phòng tắm, đứng xả nước dưới hoa sen ấm mà mát lạnh, ôi sung sướng làm sao sau những ngày tháng tắm thùng nước lợ hoặc tắm biển, cái cảm giác lúc đó thật là tuyệt vời mà tôi không bao giờ có được lần thứ nhì trong đời mặc dù bây giờ phương tiện có hơn xưa.

Tối hôm đó, chúng tôi ngủ một giấc ngon lành cho đến sáng, chưa bao giờ ngủ ngon như đêm hôm đó. Ngàn năm khó mà quên được cảm giác cái đêm đầu tiên tự do nơi trời Âu.

Sáng sớm, chúng tôi cùng dậy sớm, xuống uống cà-phê, ăn bánh mì, trét bơ, confiture hay thịt nguội, chỉ có vậy thôi mà cảm thấy sung sướng làm sao.

Sau đó chúng tôi rủ nhau đi dạo chung quanh hotel, vùng quê, lúc đó vào thu, thấy trái táo đỏ, táo xanh rụng đầy đường mà chẳng ai thèm lượm, chúng tôi thèm trái cây lắm, muốn lượm lên ăn, nhưng nghĩ giấy rách phải giữ lấy lề, chúng tôi nhắc nhở lẫn nhau là không được lượm trái cây rơi ngoài đường lên ăn, phải giữ thể diện người Việt Nam, chúng ta chưa chết đói.

Khoảng đến trưa, xe Cao Ủy đến đưa chúng tôi ra phi trường lấy máy bay qua Bruxelles.

Hôm đó là ngày 6-9-1979, chúng tôi đến Bruxelles, Vương Quốc Bỉ.

*One way ticket: Frankfurt – Bruxelles*

Đó là ngày lịch sử cho anh em gia đình chúng tôi. Ngày hy vọng và mơ ước đã đến, một chân trời mới mở ra, ngay ngày đầu đến đất nước này, tôi tự nhủ, mình không nên phụ lòng Má đã hy sinh cho mình qua đây và luôn nhớ lời Chị Năm, trong bất cứ hoàn cảnh nào, mình phải là người cao thượng và tốt với tất cả mọi người.

Xứ lạnh tình nồng, đất lành chim đậu, tôi "Xin nhận nơi này làm quê hương thứ hai" và hơn lúc nào hết, tôi cảm nhận được thực tế "ta bây giờ làm người tha hương thật rồi, quê hương nghìn trùng xa cách, biết đến bao giờ được trở về cố hương».

Đến Bruxelles, vợ chồng anh Hai đã chờ sẵn đón chúng tôi. Vợ chồng anh Tư thì được Hồng Thập Tự Bỉ bảo trợ nên anh chị Tư theo phái đoàn Hồng Thập Tự Bỉ về Centre de Mélodie, nơi tập trung những người Việt tỵ nạn tại Bỉ. Anh Sáu, tôi và Chín thì theo vợ chồng anh Hai về nhà, vì được anh bảo lãnh với tính cách cá nhân.

Đêm đầu tiên, anh Hai đưa chúng tôi về nhà ba má vợ của anh ăn cơm, ông bà này người Bỉ, gốc Ý. Chiều hôm đó, ông ta đưa chúng tôi đi mua một số đồ dùng cần thiết như là đồ lót, vớ, giày, dép, đồ ấm mùa đông.

Ông đưa chúng tôi đến khu chợ mới khánh thành, tôi còn nhớ ngày hôm đó có biểu diễn thời trang, có máy nhạc kích động để thật lớn, họ đang để bài "Gimme! Gimme! Gimme!» của ABBA, tôi như thằng ngáo, tôi đứng chết trân nghe nhạc, nhìn các cô người mẫu xinh đẹp õng ẹo lên xuống, nhìn khu chợ tân kỳ Westland, nhìn các cửa hàng tráng lệ, nhìn khách bộ hành đi dạo shopping, tôi ngẩn ra như lạc vào hành tinh khác, thấy đất nước người ta sao mà thanh bình êm ấm mà mình thương cho thân phận nhược tiểu nước mình, bây giờ đi đâu mà nghe được bài nhạc "Gimme!, Gimme!, Gimme» lòng tôi cứ bồi hồi tưởng như ngày đầu đặt chân lên xứ Bỉ.

Những ngày đầu ở xứ Bỉ, nửa chữ tiếng Pháp chúng tôi cũng không biết nói chứ đừng nói đến một chữ. Chữ đầu tiên mà tôi học được là "merci" (cảm ơn), sau đó "oui" (dạ, vâng, có, được) và "non" (không), và chữ thứ tư là "ça va?" "ça va" (khỏe không - khỏe). Nhưng sợ người ta không hiểu, phải vừa nói vừa múa tay, đầu gật lia lịa để cho người ta hiểu mình. Kẹt quá, người ta cũng không hiểu, thì chúng tôi trao đổi bằng tiếng Anh mà vốn liếng Anh ngữ chúng tôi cũng quá nghèo nàn chớ chẳng khá hơn bao nhiêu.

Ngay ngày đầu, anh Hai ghi tên chú Chín đi học lớp một dự bị để vào trung học phổ thông. Anh Hai gởi tạm chú Chín ở nhà người bạn gần trường. Thấy chú Chín sách gói lên nhà Michel ở, bạn học anh Hai, mà lòng tôi rất buồn, vì anh em lại xa nhau, nhớ lời Má dặn, anh em qua bên đó phải biết đùm bọc lẫn nhau; Nhưng biết làm sao hơn, đây chỉ là cách giải quyết tạm thời, chúng tôi phải chấp nhận như vậy. Nhưng chú Chín thì rất hăng say, nghe nói được đi học là khăn gói quả mướp đi liền không do dự mặc dầu chú Chín cũng không biết đến nửa chữ tiếng Pháp.

Phần tôi và anh Sáu thì về ở nhà anh Hai ở ngoại ô, vùng Dilbeek. Vùng này nằm xa thành phố, không có xe bus sau 8 giờ tối, ban đêm đi học tiếng Pháp về, hai anh em phải lội bộ từ trạm xe lửa điện cuối, về đến nhà là khoảng hơn 30 phút mặc dù vừa đi vừa chạy. Nhiều đêm lạnh, đồ không đủ ấm, về đến nhà là hai cái lỗ tai muốn đông đá, tưởng tượng có ai đập mạnh vô tai thì nó sẽ bể ra từng mảnh.

Mỗi đêm đi học về, đợi xe ở nhà ga Midi, có tiệm làm bánh gaufre bán về đêm, mùi bánh thơm ngon nồng nàn lắm, mà có tiền đâu để mua ăn cho đỡ đói, đỡ thèm. Có hôm thèm ngọt quá, anh Sáu được anh Hai cho tiền hút thuốc, anh nhịn hút, mua một cái bánh gaufre nóng, bẻ chia làm hai, mỗi đứa một nửa, hai anh em vừa ăn vừa thổi, ôi cái bánh ngon làm sao, cái thuở ban đầu đầy khó khăn đó, dễ gì quên.

Mỗi một ngày đi học ba lớp đàm thoại tiếng Pháp cấp tốc khác nhau, lớp buổi sáng, lớp chiều và lớp tối. Ban đêm đi học tiếng Pháp ở Chambre de Commerce, lớp dành riêng cho người ngoại quốc học tiếng Pháp. Lớp học xong khoảng 10 giờ đêm, chúng tôi lấy xe lửa điện 101 hoặc 103 đi đến trạm cuối ở Anderlecht rồi lết bộ về nhà Dilbeek. Anh Hai căn dặn làm thế nào để lấy xe, đi hướng nào về...vv...

Hôm đó, hai anh em học xong, xuống trạm Porte de Namur để lấy xe 103, nhưng xe lửa lại không trồi ra khỏi hầm như mọi khi, mà nó cứ tiếp tục chạy trong hầm xe lửa, hai anh em biết là mình đã lấy lộn hướng, nhưng tiếng Pháp không biết thì làm thế nào đi lên để đổi hướng xe, bàn qua tính lại, hai anh em xuống đường rầy rồi leo băng qua bên kia đường rầy xe điện đổi xe, tự nhiên như người Sài Gòn như không có chuyện chi xảy ra dưới mắt kinh ngạc những người đứng chung quanh. Kể cũng may mắn, Thánh Nhân đãi kẻ khù khờ, chúng tôi không bị điện giật hay tai nạn chi hết. Về đến nhà kể lại cho anh Hai, bị anh Hai cười và la cho một trận, làm khổ anh phải chỉ cho chúng tôi làm thế nào để đổi hướng xe lửa điện trong hầm khi lộn. Đối với người biết tiếng Pháp, đó là một chuyện quá dễ dàng, mà đối với chúng tôi lại là chuyện quá khó khăn.

Trời Bruxelles vào thu, âm u, rất buồn, ngồi trong lớp học tiếng Pháp, nhìn mơ màng qua cửa sổ, lòng nhớ về cố hương, gia đình, bạn bè, nhớ về quê mẹ, tôi thấy thấm thía với câu ca dao:

*Vẳng nghe chim vịt kêu chiều*
*Bâng khuâng nhớ Mẹ, chín chiều ruột đau*

Đang mơ mơ màng màng, nghe cô giáo gọi làm tôi giật mình.

Cô giáo hỏi tôi "Quel est le temps?" (tôi hiểu từng chữ: Thời gian này là gì?)

Giật mình, nửa mơ, nửa tỉnh, nhìn trời vào thu.

Tôi nói đại: "C'est l'automne" (Bây giờ là mùa thu.)

Dứt lời, cả lớp cười ồ lên, làm tôi đỏ mặt vì không biết mình nói sai cái gì mà tụi trong lớp nó cười quá chừng.

Cô Giáo từ tốn, vừa nói vừa chỉ động từ trên bảng đen "Quel est le temps du verbe?» (động từ này thuộc thì nào? mà tôi lại hiểu bây giờ mùa gì?)

Tôi mới chợt hiểu ra, nhìn động từ và nói: "C'est du futur" (thuộc thì tương lai)

Có hôm tập làm đàm thoại, mỗi học sinh gốc ngoại quốc kể lại những cảm giác của mình khi mới đến Vương Quốc Bỉ.

Cô Giáo vào đề hỏi tôi "comment tu trouves la Belgique?»

Tôi dịch ra từng chữ và hiểu "Làm thế nào anh kiếm ra nước Bỉ?»

Nên trả lời liền ngay "sur la carte" (quá dễ, trên bản đồ).

Cả lớp lại có dịp cười ồ lên.

Cô Giáo lại từ tốn giải thích "anh thấy nước Bỉ như thế nào?" (động từ trouver là tìm kiếm, nhưng trong câu hỏi này mình không thể hiểu là tìm kiếm được).

Tôi lại vỡ lẽ ra là mình lại hiểu nhầm, khổ thế, thuở ban đầu cứ nghe gà hiểu vịt. Nhưng tôi tự nói thầm trong lòng "vạn sự khởi đầu nan, có công mài sắt có ngày nên kim, cố gắng lên cọp con Nha Trang"

Ở được vài tuần, ông ba vợ anh Hai đến đưa chúng tôi ra biển Ostende, ông ta có cái nhà ngoài đó, chúng tôi giúp ông ta rửa dọn, chùi trần nhà, rửa tường, sơn nhà, sơn cửa cả tuần ở ngoài đó với ông ta. Cứ thấy ông ta làm gì, là mình làm theo vậy thôi.

Cuối tuần ông đưa chúng tôi về và cho chúng tôi thật nhiều tiền mà chúng tôi nhất định không lấy vì nghĩ là người ta giúp đỡ mình, thì mình giúp lại, có qua có lại mới toại lòng nhau, chớ ai lại đi lấy tiền người ân. Nhưng chúng tôi không biết giải thích nhiều, chỉ biết nói "No, No, No" và quơ tay quơ chân túi bụi. Ông ta lại nghĩ là ông đưa ít, nên chúng tôi chê không thèm lấy, nên ông rất giận, không thèm nói chuyện với chúng tôi nữa.

Ông đưa chúng tôi về Bruxelles, tối hôm đó, anh Hai đến đón chúng tôi về, ông ta kể lại chuyện ở ngoài Ostende cho anh Hai nghe, nghe xong anh nói với chúng tôi "sao các em kỳ vậy, làm vậy không được, ông trả tiền công như vậy là rất hậu, sao các em lại chê ít"

Trời hỡi trời, bây giờ chúng tôi mới hiểu tại sao ông giận, chúng tôi giải thích cho anh Hai nghe chỉ là hiểu lầm thôi, ông ta hiểu ra và nhìn chúng tôi cười to, cảm nhận được sự biết ơn của chúng tôi nhưng ông yêu cầu chúng tôi lấy tiền, vì bên trời Âu, tiền bạc lúc nào cũng sòng phẳng, chớ không ông bị mang tiếng bóc lột, lợi dụng sức lao động người tỵ nạn.

Anh Sáu cầm tiền, chuyện đầu tiên là đi mua cây đàn guitare "già mà ham" (Yamaha) ngay, kể từ ngày đó, chúng tôi lại nghêu ngao "bay đi cánh chim biển, cơn mưa phùn bay qua thành phố nhỏ". Cây đàn này vẫn còn, con gái tôi tập đánh rock với cây đàn này.

Khoảng ba tháng sau, anh Tư tốt nghiệp khóa tiếng Pháp cấp tốc, anh Tư may mắn được ngân hàng Bruxelles Lambert bảo trợ gia đình đông con cho một chỗ làm trong ngân hàng nhờ có mảnh bằng tốt nghiệp đại học tài chánh bên Việt Nam...

Ông bảo trợ đến gặp anh em tụi tôi và vỡ lẽ là chúng tôi không thuộc diện gia đình đông con, chúng tôi chỉ có liên hệ anh em và hơn nữa chúng tôi đã quá vị thành niên trừ chú Chín. Mà trên hồ sơ ông cầm, họ ghi lầm là vợ chồng trẻ (anh chị Tư) và ba con, tất cả là 5 người. Đúng là diện gia đình đông con cần sự giúp đỡ. Chương trình ngân hàng này chỉ bảo trợ gia đình đông con thôi nên họ không muốn nhận anh em chúng tôi. May sao ông sếp đỡ đầu chúng tôi nói đây cũng là cái duyên cho ông ta nên ông ta không muốn đổi và chấp nhận hồ sơ chúng tôi. Kể từ sau ngày hôm đó anh Tư đi làm cho nhà Banque Bruxelles Lambert cho đến ngày hôm nay.

Sau đó chúng tôi mướn được căn chung cư xã hội rẻ tiền ở vùng Grand- Bigard. Vùng này cũng ở xa thành phố, nên xe bus rất hiếm, một tiếng chỉ có một chuyến, nếu đến trễ thì phải đợi một giờ chuyến sau. Ngày cuối tuần, hoặc sau 8 giờ tối là không còn chuyến xe bus nào về vùng Grand- Bigard. Bởi vậy, tối tối đi học khóa bổ túc ban đêm về là chịu khó lội bộ hơn 5 cây số về nhà.

Sau khi mướn được căn chung cư, chúng tôi đưa chú Chín về lại nhà sống chung với các anh em. Khoảng một tuần sau, anh chị Tư chính thức làm đám cưới tại gia, chỉ có mấy anh em và một vài người khách thôi. Vậy mà chị Tư cũng kiếm ra được áo dài khăn vành cô dâu trong thật là xinh. Cô dâu, chú rể hôm đó vừa làm bếp vừa đãi khách. Chúng tôi cũng chụp hình gởi về cho bên nhà báo cho Má biết là hai anh chị đã thành thân với nhau.

Mỗi sáng, mùa đông, 6 giờ mà trời còn tối đen như mực, chú Chín tự động ngủ dậy, mò mẫm đi trong màn đêm ra lấy xe bus đi học. Sau đó là anh Tư sửa soạn đi làm, sau cùng là đến lượt tôi và anh Sáu và chị Tư sửa soạn đi học khóa bổ túc tiếng Pháp.

Những hôm học chiều về, chúng tôi hay hẹn nhau ở trạm cuối xe điện 19.

Ngay cuối trạm xe điện 19, có một tiệm bán frites (khoai tây chiên), rất là thơm ngon. Tôi và chú Chín hay về đến trước nên ngồi đợi anh Sáu, anh chị Tư về chung cho nó vui.

Trời mùa đông, lạnh xé da, mà mùi chiên khoai tây thơm nức mũi, hai anh em thèm quá, muốn mua một gói ăn cho đỡ thèm nhưng cái túi thì trống rỗng. Chỉ tưởng tượng cầm được bao frites nóng trong tay, cầm từng cọng frite nóng dòm, thơm, bùi, nóng hổi ăn dưới cơn lạnh thì ngon biết chừng nào, càng tưởng tượng hai anh em tôi lại càng thèm, nhìn những gói frites bán cho người bộ hành mà chỉ biết nhìn nhau không biết làm sao, tiền đâu mà mua gói frites, lúc mới qua, mọi quà vặt đều là xa xí phẩm, chúng tôi không dám xài chi hết vì chỉ có anh Tư đi làm nuôi cả gia đình lại còn lo gởi quà cáp về nhà.

Ông chủ tiệm frites hình như đọc được những điều đó trong đầu chúng tôi nên thông cảm hay thương hại... ông kêu chúng tôi lại, tôi biết là ông kêu chúng tôi lại để ông ta cho chúng tôi một gói frites, nhưng vì mặc cảm chúng tôi làm bộ không biết và lờ đi.

Một hôm, tiệm vắng khách, ông ta đi ra chỗ chúng tôi ngồi, tay cầm hai bao frites mời chúng tôi ăn, và xua xua tay nói là đừng ngại, ông thật tình muốn mời chúng tôi.

Gói frites tuy nhỏ, nhưng tấm lòng ông bán frites quá lớn, quá nồng nàn, trái tim ông nóng như bao frites đã sưởi ấm lòng chúng tôi lúc băng giá mùa đông, suốt đời tôi mãi không quên cảm tình ông dành cho chúng tôi.

Những lần sau đó, chúng tôi không dám ngồi gần quán khoai tây chiên nữa vì không muốn người ta thấy mình ngồi chầu rìa ăn xin. Hôm nào để dành được tiền, hai anh em vô mua frites không sauce vì tiếc tiền, mà cũng chẳng có tiền đâu mua sauce, lúc nào cũng ăn frites chiên nóng với muối. Nếu có tiền đi nữa, chúng tôi thà ăn hai bao frites cho nó đã còn hơn là ăn khoai tây chiên với sauce.

Ông chủ frites thật tốt bụng, lúc nào cũng cho tụi tôi thêm frites, mua bao nhỏ mà ông cho bao lớn, nhét thật đầy frites. Lúc đầu, ông không muốn lấy tiền chúng tôi, ông nói là một hân hạnh cho ông mời chúng tôi ăn frites của ông. Lúc đó tiếng Pháp tôi cũng khá khá, bớt múa tay múa chân, chúng tôi nói ông phải nhận tiền chớ không chúng tôi sẽ không bao giờ mua frites ông ta nữa, do đó ông ta mới lấy tiền chúng tôi, bù lại lúc nào ông cũng cho chúng tôi một bao frites thật cối. Có bao nhiêu cọng frites còn trong chảo là ông ta vớt hết cho chúng tôi ăn cho đã.

Thời gian đó, chúng tôi hà tiện lắm, tiết kiệm tối đa, nhịn ăn, nhịn xài, lúc nào để dành được tý tiền là mua quà cáp gởi về cho Má và các em bên nhà. Nào là mua gởi về vài hộp thuốc trị đau bụng, ói mửa, trị nhức đầu, đau lưng, vài hộp dầu "xanh nóng" cho Má, mua thuốc bổ cho Ngoại, dăm ba thước vải cho chị và các em may mặc, vài hộp bánh kẹo chocolat cho các cháu Tý, Ty, gởi luôn bút viết, sách vở cho các em có để đi học...vv...

Lúc đó mà nghe được bản nhạc của Việt Dzũng:

*Em gởi về cho anh một cây bút máy*
*Anh vẽ cuộc đời như ước vọng mong manh*
*Gởi về cho mẹ dăm gói chè xanh*
*Mẹ pha hộ con nước mắt đã khô cằn*

*Gởi về cho chị hộp diêm nhóm lửa*
*Chị đốt cuộc đời trong hoang lạnh mù sương*
*Gởi về cho em chiếc nhẫn yêu thương*
*Em bán cho đời tìm đường vượt biên...*
**(Một chút quà cho quê hương- Việt Dzũng)**

Đúng tâm trạng người tha hương, buồn da diết.

# Chương 11:
# Tha hương

Đ ầu năm 80, chúng tôi ăn cái Tết đầu tiên xa gia đình, xa quê hương, nỗi buồn, nỗi nhớ, nỗi đau quần quại. Trong tâm trạng đó, tôi có đi tham dự đêm hội Tết do anh em cựu sinh viên tổ chức. Màn chót là màn hoạt cảnh người vượt biên với lá buồm màu cờ vàng tung bay trong gió.

Cờ tung bay với bài đồng ca "người Việt tự do ơi, ta còn đây, là còn ngày về Việt Nam". Tôi xúc động rơi nước mắt, vì không ngờ cờ vàng còn sống nơi xứ người.

Chẳng bao lâu sau tôi gia nhập tổ chức anh em cựu sinh viên này.

Đầu năm 81, anh chị Tư có em bé đầu lòng. Căn hộ lại quá nhỏ cho một cặp vợ chồng trẻ và 4 người lớn. Thế là anh Sáu ra riêng. Ít lâu sau, tôi cũng tháp tùng theo anh Sáu ra ở riêng. Hai anh em mướn ở chung một nhà.

Thời gian này anh em tôi vừa đi học, vừa đi làm, vừa lo chuyện hội hè đình đám. Căn nhà anh em tôi mướn như là một hội quán giang hồ, bạn bè tứ xứ kéo đến ngủ đầy nhà.

Từ căn nhà này, chúng tôi đã làm không biết bao nhiêu đêm văn nghệ Tết cống hiến cho cộng đồng người Việt tự do tại vương quốc Bỉ.

Có những đêm không ngủ, ngồi hát cho nhau những bản tình ca, sinh viên hành khúc, anh em ai cũng muốn lấy đá lấp trời. Có những đêm ngồi nghe Bác Huy* nói chuyện "Kim Dung và ẩn số chính trị", nghe Bác nói về nguồn gốc họ và tên người Việt... (*Giáo sư Nguyễn Ngọc Huy, chủ tịch Liên Minh Dân Chủ Việt Nam)

Thuở ban đầu, đời sống chưa ổn định, ai cũng nghèo, đứa đi làm giúp đứa thất nghiệp, đứa nào không nhà thì cứ việc kiếm một góc nào đó trong căn phòng nhỏ bé đặt lưng mà ngủ. Đứa nào có tiền thì mua thịt vụn về làm spaghetti hay xoong thịt kho to tướng. Các món này nhà tôi lúc nào cũng có. Vừa rẻ tiền mà lại no lâu. Chúng tôi sống với nhau rất hoà đồng như anh em.

Sống chung với nhau, chúng tôi khám phá ra mỗi đứa có mỗi năng khiếu riêng, đứa có năng khiếu văn nghệ hát hò, đứa có năng khiếu hoạt cảnh, hài kịch, đứa có năng khiếu làm thủ công, người có năng khiếu vẽ tranh, người có năng khiếu viết lách, riêng tôi thì chỉ có năng khiếu "dám làm" và được anh em cho kiêm luôn làm "giám đốc".

Mỗi năm, vào thu là tôi đốc thúc anh em ngồi lại họp nhau làm Tết. Chúng tôi toàn là tay mơ, vậy mà chúng tôi làm văn nghệ luôn luôn có chủ đề, không thua bất cứ trung tâm ca nhạc nào ở hải ngoại. Nào là 'Ta Thấy Ta Về', 'Con Đường Chính Nghiã', 'Dặm Đường Quê Hương', 'Trong Lòng Dân Tộc' ; Tết Ất Sửu 1985, được tin bạo quyền tuyên bố tử hình anh Trần Văn Bá trong lòng quê hương, anh là linh hồn anh em sinh viên Âu Châu, nên chúng tôi làm "Chúng Ta Còn Sống"...

Chúng tôi chuẩn bị 6 tháng trời mà chỉ trình diễn có một đêm. Ngân quỹ là do mọi anh em đóng góp, hội thiếu nợ, sau đêm Tết mới có tiền hoàn trả lại cho cộng tác viên. Căn nhà chúng tôi ở như là một đại bản doanh, anh em nào rảnh thì đến, là có việc làm ngay, như là làm dụng cụ văn nghệ, sơn phết hay chỉ đến tán dóc ủng hộ tinh thần anh em. Các anh lớn, phần đông là có việc làm ổn định, lúc nào các anh đến cũng có chai "ông già đi bộ" (whisky johnny walker), có anh đến với vài đòn chả lụa hay vài ba ổ bánh mì baguette.

Có một anh bạn, ngang lứa với tôi. Tụi tôi gọi anh với cái tên thân thương là Thầy "Pháp".

Anh nhìn chúng tôi, đứa ngồi viết lách, đứa lo thu âm, đứa làm dụng cụ rồi nói:

- Tao chẳng giúp gì được tụi mày. Không phải nghề của tao.

Tôi liền nói với Thầy:

- Anh lo cục hậu cần, anh nấu cơm cho tụi tôi ăn đi.

Nói chơi vậy mà Thầy nhận lời, trong nhà lúc nào cũng có xoong thịt kho to tướng hay nồi spaghetti. Cuối tuần là Thầy nấu phở, nấu mì cho mọi người. Nhờ vậy mà chúng tôi có thì giờ và có sức làm những chuyện khác.

Đêm hội Tết nào, ban giới thiệu đều nói 2 thứ tiếng lưu loát Việt- Pháp. Quan khách người bản xứ lúc nào cũng chiếm khoảng 1/3 chỗ ngồi. Đây là một điểm son cho nhóm chúng tôi. Đêm hội Tết nào cũng quy tụ được trên ngàn người tham dự. Cộng tác viên thì lên đến cả trăm. Mọi người đều làm việc bất vụ lợi và chỉ cho một mục đích duy nhất là "mong quê nhà sớm được tự do hạnh phúc".

Trong ban văn nghệ, toàn là anh em độc thân, các anh chị lanh tay lanh chân đua nhau làm đám cưới ào ào. Thành ra tình liên đới các anh em càng khắng khít thêm. Tôi cũng vậy, vô tình lạc vào động "Hoa vàng", lẩn quẩn mãi trong đó không biết đường ra hay là không chịu ra.

Thời gian này, hai anh em tôi phải làm đủ thứ nghề để mà có tiền sống. Anh Sáu từ làm công nhân cho hãng sản xuất nút áo, đổi qua làm thư ký. Có lúc đi làm thợ ống nước, sửa máy sưởi, rồi chuyển qua đi làm bồi chạy bàn, sau đó làm quản lý cho một tiệm ăn Bruxelles.

Riêng phần tôi, sau những thăng trầm trong cuộc sống nơi xứ người, tôi làm đủ công chuyện từ thượng vàng đến hạ cám, không có chuyện nào là không làm. Từ chuyện làm bồi chạy bàn, đến chuyện rửa chén trong bếp, qua đến chiên hamburger cho tiệm ăn Mc Donald, kiêm luôn chuyện chùi nhà, rửa bếp, lau cửa kiếng. Nhắc đến Mc Donald, muốn kiếm tiền nhiều thì chỉ có nhận việc chùi nhà theo nguyên tắc "làm nhiều ăn nhiều". Bán sức lao động mồ hôi mà lấy tiền.

Nghề rửa, lau chùi nhà hàng Mc Donald rất cực, muốn làm việc này thì phải làm từ 6 giờ sáng đến 2 giờ chiều không nghỉ, sáng sớm phải dậy từ lúc 5 giờ lủi thủi đi bộ đến tiệm vì chưa có xe điện hoặc xe bus giờ đó. Mùa đông mà đi làm giờ này thì thê thảm lắm, trời 5 giờ sáng còn tối đen như mực, ngoài đường lạnh cóng. Bởi vì vậy, việc này nhiều người chê cực không thèm làm nên nó mới đến được tay mình.

Tôi còn nhớ, vào mùa đông, trời lạnh, nhiệt độ âm dưới không độ, phải ra ngoài chùi cửa kiếng lớn, lúc đầu không biết, lấy nước nóng tạt lên kiếng, nước trôi xuống thềm, hơi nóng gặp lạnh, nên đông đá ngay tức khắc, lúc đó lại thêm cái cực nữa là làm sao cạo rửa nước đá để rửa kiếng, mà đứng trên thềm nước đá thì lại trơn trợt. Ai có làm cái nghề này thì mới hiểu cái khổ cực chùi cửa kiếng mùa đông.

Sau này tôi đổi qua bán hàng cà- vạt cho 1 tiệm nổi tiếng ở Đại Quảng Trường (Grand- Place) Bruxclles. Ngoài cái tiền lương căn bản, ông bà chủ còn cho chúng tôi ăn thêm tiền huê hồng. Tôi đi làm mỗi ngày từ 6 giờ chiều đến 11h30 tối, chiều đi học ra là lật đật chạy lấy xe đến làm thay ca cho đúng giờ, rồi tối đến, đến giờ đóng cửa là tôi cũng lật đật đóng cửa để kịp ra lấy chuyến xe bus chót về nhà.

Tiệm này chuyên bán đặc biệt cà- vạt cho quý ông và khăn choàng quý bà. Người mua là du khách đến tham quan Đại Quảng Trường Bruxelles, quý bà hay mua tặng quý ông cà- vạt, ngược lại quý ông thì hay tặng quý bà khăn choàng cổ, nhờ vậy mà tôi lúc nào cũng được thêm khá tiền huê hồng.

Cứ mỗi cuối tháng lãnh lương, sau khi thanh toán tiền nhà, tiền nước, tôi lo thủ thân, lên quán cơm đại học mua liền 20 cái phiếu ăn trưa để bảo đảm mỗi ngày đi học đều có được buổi cơm trưa tối thiểu. Phần tiền còn lại là cà phê cà pháo với đám bạn bè. Nhiều lần, chưa đến cuối tháng mà đã hết tiền, tôi và thằng Dzương Dzê đi mua một ổ bánh mì baguette to tướng, chẻ ra làm hai, trét bơ và đường để ăn qua ngày...

"Mấy ai nhớ thuở hàn vi, mặt quần xà lỏn, để Q ra ngoài."

Cuộc sống chạy đua với việc làm, việc học, việc hội hè đình đám nên thời gian trôi qua vùn vụt.

Thời gian này, chú Chín học rất giỏi, năm nào lên lớp năm đó. Vào những ngày nghỉ học, chú Chín chạy ra ở với tụi tôi để được đi chơi thoải mái. Trong tuần về ở với anh chị Tư, bị kèm lo ăn học chu đáo. Chú Chín chỉ có việc học mà thôi, năm nào đậu năm đó nên chú Chín muốn đi chơi là được.

Tôi và anh Sáu, qua đây với cái tuổi "nửa thầy nửa thợ nửa đười ươi" nên ăn học có phần khó khăn hơn. Nhưng nhớ lời khuyên của Mẹ và chị Năm, luôn luôn làm người cao thượng và phải biết vươn lên. Chúng tôi chịu khó 'dùi mài kinh sử', người ta học một năm một lớp, còn tôi thì học hai năm một lớp cho nó chắc ăn.

Vạn sự khởi đầu nan, có công mài sắt có ngày nên kim.

"Đường đi khó, không khó vì ngăn sông cách núi, mà khó vì lòng người ngại núi e sông"

Cuối cùng tôi cũng lấy được mảnh bằng nho nhỏ. Ngày hôm nay, tôi đi làm nhân viên điện toán cho một ngân hàng lớn.

188

Trong thập niên 80, anh em chúng tôi làm giấy bảo lãnh cho Má và các em qua mà không được, không vì trục trặc chuyện này thì cũng bị trục trặc chuyện khác. Nhiều lúc, tưởng chừng như bỏ cuộc.

Cuối thập niên 80, sau khi có công ăn chuyện làm chuyên môn vững chắc, nàng cũng vừa học xong, chúng tôi đi đến quyết định hôn nhân. Nàng và tôi ao ước có mặt Má tôi trong ngày cưới. Nghe nói bên tòa đại sứ Việt Nam tại Paris, cho làm giấy bảo lãnh gia đình sang chơi. Thế là Nàng qua bên kinh thành Paris để hỏi cách làm giấy bảo lãnh. Tiếng Việt không rành mà cũng dám mạo hiểm đi hỏi cách thức bảo lãnh. Trời không phụ lòng người, thế là anh em tôi bảo lãnh được gia đình qua chơi thay vì đi theo diện đoàn tụ gia đình.

Cuối năm 90, Má và các em qua được bên Bruxelles. Các anh từ bốn phương trời cũng bay qua Âu Châu. Sau hơn một thập niên chia cách, gia đình tôi lại được sum họp không thiếu một ai. Tất cả đều ở trong căn hộ nhỏ bé 80m2 cho tất cả hơn 15 người lớn và con nít, ngủ la liệt từ trong phòng ra đến phòng khách. Ngày nào cũng đầy tiếng cười rộn rã trong nhà.

Ít lâu sau, nhờ quen biết với các dân biểu Bỉ, chúng tôi xin được thẻ tỵ nạn chính thức cho Má và các em trong thời gian kỷ lục trước khi hết hạn du lịch.

Cuộc vui chưa dứt, chúng tôi nhận thơ bên nhà là khu mộ Ba, Ngoại bị nhà nước giải toả, họ cho hạn chót bốc mộ, hài cốt, nếu không làm họ tự động san bằng. Ở ngoài làng Lưỡng Kim, trưởng tộc hay tin nên vào Nha Trang xin hốt cốt Ba, Bác đưa về chôn trong khu mộ gia tộc ngoài đó.

Trước khi đi, Má đã biết chuyện này, Má đã bàn giao cho anh Phiệt và O lo bốc mộ Ba, Ngoại và đem hài cốt về chùa Long Sơn.

Khoảng thời gian này, Má tôi hay ngồi đăm chiêu một mình, có vẻ buồn nhiều hơn là vui. Một hôm tôi ngồi xuống cạnh Má, nói chuyện cho Má vui. Bỗng nhiên Má nghiêm sắc mặt và nói:

- Má có chuyện muốn nói với con. Không biết có được không.

Linh tính cho tôi biết, có lẽ phải chuyện chi quan trọng lắm người mới nghiêm nghị thế này.

Tôi nhỏ nhẹ:

- Má có chuyện chi cứ nói cho con nghe.

Má nói như là van xin:

- Má muốn về, con nói lại các anh để Má về lại Nha Trang, quê cha đất tổ để lo nhang đèn cho Ba, Ngoại, ông bà...

Tôi vùng vằng không chịu. Với lý do thứ nhất là Má về đó có một mình, có chuyện chi ai lo cho Má trong lúc tối trời, ốm đau... thứ hai, Má về, làm sao chúng tôi còn có cơ hội gặp lại người.

Người ngồi nghe tôi nói, không trả lời, gương mặt người rất u buồn, tôi chưa bao giờ thấy người buồn và đăm chiêu như thế. Tôi đành nói:

- Thôi Má đừng lo nghĩ nhiều, tối nay, con sẽ trình bày cho các anh xem các anh tính sao.

Tối đó, sau bữa cơm, chúng tôi họp nội bộ gia đình.

190

Thời đó, ai dám nghĩ đi vô, đi ra Việt Nam như ngày hôm nay, một lần đi là một lần vĩnh biệt, một lần đi là nghìn trùng xa cách. Má đã lớn tuổi, Má về là không bao giờ gặp lại Má.

Sau khi bàn tới bàn lui, các anh em hầu như đồng thuận là không để Má về lại Nha Trang.

Sau nhiều phút yên lặng, không gian chùng xuống.

Người nhỏ nhẹ lên tiếng:

- Nơi này là đất khách Má không thể ở lại.

Lúc đó em Tám mới lên tiếng:

- Các anh nên để cho Má về vì đó là ước nguyện của Má. Má đã lớn tuổi, còn sống được bao lâu, nên để Má toại nguyện.

Em Tám thuyết phục và quả quyết:

- Em đã nguyện ở gần Má, vậy các anh để em về với Má. Như vậy, các anh đỡ phải lo Má ở một mình.

Nói tới, nói lui, anh Hai lấy quyết định:

- Các con đồng ý để Má về với em Tám. Các em nên vui vẻ, thôi đừng bàn nữa. Bây giờ chỉ bàn chuyện đi chơi cho Má vui.

Má nghe anh Hai tuyên bố thuận nên rất là vui.

Má rất là hoan hỷ. Má căn dặn thêm:

- Má về, để lại các em cho các con lo, mấy đứa em phải biết nghe lời các anh lớn, quyền huynh thế phụ.

Ngày Má về, nước mắt các cô rơi lả chả, trời Bruxelles buồn nên mây mù giăng kín.

Sau khi Má ra về, các em vẫn tiếp tục ở với vợ chồng tôi và anh Sáu.

Ít lâu sau, Út đi lấy chồng, ở tận Cali, một người bạn cùng xóm hồi nhỏ. Út gạt nước mắt theo chồng về Cali. Má bên nhà viết thơ cho biết ngày giờ tốt để làm lễ đưa dâu, tôi lại phải lo chuẩn bị bàn thờ gia tiên để cho các em làm lễ ra mắt ông bà. Anh em tôi lo làm đám cưới cho Út rất chu đáo.

Sau đó, đến phiên chú Chín đi lấy vợ, anh Tư đại diện Má đi hỏi vợ cho em. Đúng là quyền huynh thế phụ.

Lúc tôi có em bé thứ hai, anh Sáu có bạn gái nên ra ở riêng. Trong nhà chỉ còn cô Mười ở với vợ chồng tôi.

Không bao lâu sau, cô Mười lên xe hoa về nhà chồng. Tôi lại sửa soạn bàn thờ gia tiên để làm lễ đưa dâu. Bên nhà cô Tám cũng lấy chồng, bên này, anh Sáu là người cuối cùng rước nàng "về dinh".

Đời sống cứ lặng lẽ trôi, ai nấy nhà cửa ổn định, cuộc sống bình yên trên xứ người.

# Chương 12:
# Ngày về

Năm 2006, Má được 80, anh em chúng tôi quyết định về làm sinh nhật thượng thọ bát tuần cho Mẹ.

Anh em bốn phương trời tụ về căn nhà xưa sau gần 3 thập niên lìa bỏ quê hương. Ngày sum họp, các cháu, đứa nói tiếng Mỹ, đứa nói tiếng Tây, đứa nói tiếng Việt. Tiếng nói rộn rã cả ngày, vui ơi là vui.

Lần sum họp này vắng Ngoại, Ba và chị Năm. Trước bao nghịch cảnh, giông tố trong đời, Má vẫn đứng vững, chống chèo đưa con đò qua bến. Má vẹn nghĩa song toàn hai bên Nội Ngoại, các cháu kính nể Má như là mẹ ruột, bà ruột.

*Tuổi cao tóc bạc tuyết sương,*
*Một đời ôm cả gia nương vào lòng.*
*Trải bao Xuân Hạ Thu Đông,*

*Vườn nhà sau trước vẫn hồng vẫn xanh.*

**(Thơ Phù Sa - Tặng Thím.)**

Ngày về, gặp lại anh em dòng họ, gặp lại quý thầy quý cô. Vui nhất gặp lại anh Phiệt, rủ anh đi nhậu. Ra đến quán, anh chẳng kêu ăn gì, chỉ thích uống bia và nói chuyện với các em vì sợ ngày chia tay sẽ không còn dịp gặp lại các đứa em. Tôi muốn kêu thịt rừng cho anh nhậu, nhưng anh khua tay nói không, đừng kêu.

Tôi thắc mắc:

- Ngày xưa anh thích nhậu lắm mà, con gì nhúc nhích là anh ăn hết, sao bây giờ anh lại không ăn.

Anh Phiệt từ từ giải thích:

- Con nào mà mình đã ăn nó thì mình đã có gây nghiệp với nó. Nếu không ăn chay được, thì mình cứ tiếp tục ăn những con mình đã ăn. Còn con nào mình chưa gây nghiệp với nó, thì mình nên ráng tránh, ráng giữ giới, không gây nghiệp với các con mới.

Anh vừa giải thích mà vừa dặn dò các em. Tôi ghi mãi điều này trong lòng, tôi không bao giờ ăn các con lạ nữa.

Không ngờ đó là lần chót trò truyện với anh.

Lúc anh bịnh nặng, Má lo đưa anh xuống bệnh viện, các Ôn trên chùa có xuống thăm anh. Sau khi thăm hỏi, Ôn hỏi anh:

- Con còn muốn ở lại đây bao lâu nữa.

Anh suy nghĩ rồi trả lời:

- Thầy cho con xin thêm 1 tuần.

Ôn ra dấu cho tất cả mọi người ra ngoài. Không biết Ôn nói chuyện chi với anh rất lâu.

Trong thời gian bịnh, anh không hề rên đau đớn. Đúng một tuần sau anh mất, đúng ngay ngày trăng rằm. Anh được đưa về quàn ở chùa Tỉnh Hội, đúng dịp ngày rằm An Cư Kiết Hạ, nên anh được hơn trăm vị Tăng hộ niệm tiếp dẫn cho anh. Má nói, có Thầy tu cả đời, cũng không có được cái duyên, cái phước như anh. Có lẽ nhờ cái tâm nguyện, không gây thù, gây nghiệp với các con vật, nên anh được Bồ Tát hộ trì trong giờ tử.

Tôi ra đường thấy đất nước thay đổi nhiều, người dân có ăn có mặc hơn xưa. Dân Nha Trang nói riêng, dân sống trong vùng ven biển nói chung đua nhau phát triển các vựa nuôi tôm, vựa cá để cung cấp cho các tiệm ăn và xuất khẩu ra nước ngoài.

Đi đâu cũng thấy công trường xây cất. Dân thì lo sửa nhà sau bao năm bỏ phế, ông cán bộ lớn thì xây biệt thự, dân tài phiệt tư bản đỏ thì xây khách sạn 4 sao, 5 sao...

Phong trào xây dựng nhà cửa tạo ra không biết bao nhiêu công ăn chuyện làm cho xã hội. Nhưng tiếc nhất là, không đi đâu thấy xây trường học, bệnh viện hay công viên trẻ em.

Có lẽ sau hơn ba mươi năm kềm kẹp, dân chúng bây giờ chỉ biết lo ngôi nhà của họ và chỉ biết kiếm tiền. Cái này đúng ý nhà nước vì họ chỉ muốn dân tha hồ làm giàu, nhưng không được hội họp bàn tán chính trị.

Nhưng đó là đời sống thành phố.

Tôi đi lên vùng "Kinh Tế Mới" năm xưa, lên vùng "Đất Sét", đi về vùng xa xôi thành phố, mới thấy dân chúng nghèo khổ thê thảm, ngày ngày chỉ ăn hai củ khoai, con nít không được đi học, trong làng chỉ còn lại bà lão ông già và con nít. Thanh niên thanh nữ bỏ làng, đi vào thành phố kiếm việc làm để có tiền gởi về quê.

Thấy dân chúng trong làng khổ quá, anh em tôi, mỗi đứa một ít, đóng góp mua gạo, mì, sách vở và bút chì, rồi chính anh em tôi ngồi gói từng bao quà nho nhỏ nhưng đầy tình người. Sau đó, chính anh em cùng nhau đem đi phân phát tận tay các gia đình nghèo khó trong các làng mạc xa xôi trong vùng phụ cận Ninh Hoà.

Các người nghèo, người cùng khổ, họ là những người đáng thương, họ chỉ biết người giúp đỡ họ, chớ họ không cần phân biệt người đó là ai và tiền đó từ đâu đến. Họ chỉ biết đó là những món quà đầy tình thương giữa người và người.

Thời gian này, đi đâu cũng nghe dân chúng nói chuyện đi lấy chồng Nam Hàn, Đài Loan. Lợi dụng sự nghèo khổ và kém hiểu biết của người dân quê, các nhóm môi giới bất lương đã cho các cô gái quê một cái bánh vẽ thật lớn lấy chồng ngoại quốc. Cô nào cũng mơ là mình lấy được chồng đẹp trai, giàu có. Mơ thoát cảnh đói nghèo và còn có tiền giúp đỡ gia đình.

Bên cạnh những cặp vợ Việt chồng Hàn hạnh phúc rất hiếm, không biết bao nhiêu chuyện thương tâm thảm cảnh xã hội. Nhiều cô gái đã vỡ mộng vì lấy phải người chồng nghèo khó, già úa, hoặc tàn phế. Có cô bị hành hạ, bị lạm dụng tình dục làm vợ cho cả nhà. Có cô bị môi giới lừa đảo, đưa qua làm nô lệ tình dục, bị hành hạ, đánh đập nếu không làm theo ý chúng. Có cô quẫn trí và chỉ biết tìm đến cái chết nơi đất khách quê người.

Thời gian môi giới kết hôn rất nhanh, có thể tóm tắt là: Sáng xem mặt, chiều cưới, tối làm vợ!

Biết rằng, gái lớn phải lấy chồng, lấy chồng ngoại quốc cũng là một chuyện bình thường trong xã hội văn minh. Nhưng đất nước ta, với bốn ngàn năm văn hiến, chưa bao giờ có các thảm cảnh con gái phải cởi quần lót, cho thiên hạ coi cái thầm kín nhất để có hy vọng lấy chồng. Ôi, đau đớn thay, sao có người xúi các cô tự hạ thấp nhân cách của mình như vậy.

Ngày xưa nhà tôi cũng có thể nói là khá giả, tiền bạc thoải mái, theo định nghĩa này, cũng có thể gọi là "nhà giàu». Nhưng tôi nhìn mấy người hàng xóm, nhà mấy đứa bạn, nhà tụi nó cũng chẳng có "khá giả" gì, mà cũng có ăn có mặc lắm. Nhớ lại Ông Bảy đạp xích lô, coi như là làm cái nghề thấp nhứt trong xã hội, vậy mà Ông Bảy cũng lo cho các con được ăn học đến nơi đến chốn. Bà bán bún bò trong xóm, con cái đều thành tài, có đứa học xong đại học, làm nở mặt nở mày cha mẹ trong xóm. Nhà giàu, nhà nghèo, ai cũng là bạn, trong xóm nói chuyện với nhau chẳng có phân biệt giai cấp.

Ngày nay, cuộc sống coi bộ dễ thở hơn trước, nhờ nhà nước mở cửa cho người dân buôn bán, ra đường chỉ thấy xe gắn máy thay cho xe đạp, nhà cao cửa rộng thật nhiều, nhưng cái hố người nghèo và người giàu càng ngày càng cách xa, người giàu bây giờ có giai cấp mới, được gọi là giai cấp "đại gia", con cái bọn nhà giàu thì được gọi là "thiếu gia", người giàu thường đi đôi với quyền lực.

Giai cấp người giàu nghèo, quyền lực, đẳng cấp được phân biệt rõ rệt trong một đất nước, một chế độ phải đúng ra là "không có giai cấp". Thật là ngược đời.

Ngày xưa, con trai Nha Trang đi học trung học Võ Tánh, con gái thì đi học nữ trung học Huyền Trân. Giàu, nghèo mặc kệ, hễ ai thi đậu là được đi học trường công. Học sinh nào thi rớt thì đi học trường tư.

Ngày nay, trai gái học chung trường, ngoài trường công bây giờ lại có thêm trường "chuyên", là trường dành riêng cho các học sinh giỏi.

Ngày xưa, con đường lớn chạy song song với bãi biển, gọi là đường Duy Tân, tên một vị vua yêu nước.

Có một giai thoại về vua Duy Tân như sau:

Mùa hè năm nào vua Duy Tân cũng ra nghỉ mát ở cửa Tùng, một cửa biển đẹp, yên tĩnh, có bãi tắm bằng phẳng, cát trắng và mịn. Nhà vua từ bãi tắm lên, hai tay còn dính cát, một thị vệ liền bưng lại một thau nước ngọt mời vua rửa tay, vua vừa rửa tay vừa hỏi:

- Tay bẩn lấy nước mà rửa, nước bẩn lấy chi mà rửa?

Cận thần ngơ ngác:

- Tâu bệ hạ, thần không hiểu.

Nhà vua nói:

- Nước bẩn lấy máu mà rửa!

Con đường Duy Tân thật là đẹp với những hàng dương và dừa dài thẳng tít, người ta đi dạo mát một cách thoải mái, không khí trong lành. Có công viên vườn chơi xích đu, cầu tuột công cộng miễn phí cho trẻ con;

198

Tôi nhớ mãi những đêm mùa hè, Ba đưa cả đàn con xuống biển hóng mát chơi cầu tuột. Trên đường biển, phía mặt biển thì có 7 quán ăn, thời đó gọi là quán số 1, quán số 2 đến quán số 7. Mỗi quán đều có tên riêng, như quán số 7 còn có tên là quán Gió Khơi, đặc biệt có bò bảy món (quán số 7, bò 7 món). Quán số 1 còn có biệt danh là Quán phở gà số 1, tôi không nhớ hết các quán kia, nói chung mỗi một quán đều có cái đặc biệt của nó. Phía bên kia đường, thì toàn là cơ quan lớn như là Viện Pasteur, Dòng Chúa Cứu Thế, trường nam trung học La San Bá Ninh hoặc là nhà của những Ông Lớn (Dinh Tư Lệnh Vùng, Dinh Tỉnh Trưởng, Tòa Đô Chánh). Tuyệt đối không có khách sạn nào phía bên kia đường biển.

Ngày nay, tên đường vị vua yêu nước "Duy Tân" bị đổi là Trần Phú, bây giờ đường kéo dài thêm phía xóm Cồn, có cây cầu mới tuyệt đẹp, băng ngang qua eo biển xóm Cồn đi thẳng ra Hòn Chồng, Đồng Đế. Trên đường biển, phía mặt biển, 7 cái quán số 1 đến số 7 thì không còn nữa, thay vào đó các quán cà phê "Bốn Mùa", do nhà nước quản lý, giá cả thì coi bộ "bèo" hơn các quán tư nhân. Phía bên kia đường thì khách sạn, quán cà phê mọc lên như nấm, nào là khách sạn 5 sao Sheraton, Sunrise Beach, Novotel, loại bốn sao thì có Nha Trang Lodge, Yakasa v.v.

Nhìn tới nhìn lui không thấy một công viên, vườn chơi công cộng nào cho trẻ con. Hình như nhà nước chỉ lo xây khách sạn, mở quán ăn kiếm tiền du khách mà quên đi những mầm non tương lai dân tộc.

Ngày xưa, khi đi ra đường, ai nấy cũng ăn mặc chỉnh tề, đàn ông quần dài, áo sơ- mi. Đàn bà, con gái thì lúc nào cũng áo dài thướt tha, đầu che nón lá.

Ngày nay, ra đường, con trai, thường là mặc quần đùi cụt với áo thun, nhưng nhìn chung, cũng có người ăn mặc chỉnh tề, giày dép đàng hoàng; Nhưng về phần phụ nữ, cách ăn mặc thì đã thay đổi quá nhiều, khó mà thấy được một tà áo dài thướt tha trên phố, ra đường thấy con gái mặc áo dài che nón lá là chuyện lạ.

Con gái ra đường bây giờ là quần jean, áo thun, đồ bộ với cái khăn che mặt ngừa bụi, nắng, gọi là "khẩu trang", trên đầu thêm cái nón "bảo hiểm", tức là cái nón "an toàn" giao thông. Gặp nhau ngoài đường nhiều khi chào nhau mà không nhận ra nhau, lúc lên tiếng hoặc mở "khẩu trang" ra thì mới nhận ra được "cô gái" chào mình là ai.

Ngày xưa, đường phố Nha Trang không có đèn xanh đèn đỏ, ra đường xe cộ cũng đông đảo, nhưng chạy theo trật tự, không có ai bấm còi inh ỏi. Ngã Sáu nhà thờ núi, giờ tan sở thì có ông cảnh sát thổi còi điều khiển giao thông. Xe cộ lưu thông, chạy trong trật tự.

Ngày nay, các ngã đường lớn đều có đèn xanh đèn đỏ, xe gắn máy thì vô số kể, nối đuôi đông như kiến, mỗi lần muốn băng qua đường thì cứ nhìn thẳng mà đi, cứ từng bước mà bước, mà phải bước thẳng băng qua, không được thụt lùi, như một phép lạ, xe cộ đông đúc chạy không theo một luật lệ nào, xe tránh người chớ người không tránh xe. Ngược lại, cứ sợ sệt thụt tới, thụt lui, tránh qua bên phải, tránh qua bên trái là trước sau cũng bị xe đụng mà còn bị thiên hạ chửi nữa.

Ngày xưa, lúc còn nhỏ, nghe mấy người lớn hay nói là rủ nhau đi "bia ôm" hay "cà- phê ôm" là cái chuyện chi xấu lắm, chỉ dám nói nho nhỏ cho nhau nghe thôi.

Ngày nay, tệ nạn xã hội càng ngày càng tệ, đĩ điếm đi đâu cũng thấy. Hình như đi uống cà- phê ôm là chuyện bình thường, bởi vì bên nhà bây giờ nghề nào cũng có chữ "ôm" như là bia ôm, tắm ôm, cắt tóc ôm, hát ôm, cà-phê ôm, câu cá ôm, ngủ võng ôm, nghề nào cũng ghép chữ ôm.

Nghề nào có chữ ôm là coi như cái nghề không được lành mạnh cho lắm, trừ cái nghề "xe ôm" là một nghề chân chính cho những người không còn biết làm nghề gì khác, chỉ biết chạy "xe ôm" nuôi gia đình. Ra đường thấy xe gắn máy nào có hai cái nón "bảo hiểm" treo trên tay lái thì chắc chắn đó là xe ôm, vì một nón cho bác tài xế, còn nón kia dành cho khách.

Ngày xưa, đi làm xong là lo về nhà với gia đình, vợ con. Cả nhà quây quần bên mân cơm, già trẻ, lớn bé chia sé một ngày làm việc vất vả đã qua. Chồng kể chuyện đi làm trên hãng xưởng, vợ kể chuyện chợ búa, xe cán chó bên đường, con cái kể chuyện học hành, thầy trò trên trường, ông bà thì lại tranh nhau kể chuyện đời xưa cho con cháu nó nghe.

Ngày nay, các tiệm ăn nhậu, phòng trà, cà phê ôm, quán rượu, đấm bóp, tắm hơi từ thượng vàng đến hạ cám mở ra nhan nhản. Tan sở đi làm về là đi nhậu, đi uống bia, như là một tệ nạn xã hội, đi uống đến tối khuya mới về, ở nhà vợ đợi con mong bên mâm cơm đã nguội lạnh.

Hỏi ra thì người ta nói, buổi tối là lo đi "đối tác" chuyện làm ăn, lấy lòng xếp lớn, chia chác đàn em, không đi là không được, nếu không đi, nào là mất việc làm, mất hợp đồng, ôi thôi đủ lý do. Làm riết, như là chuyện bình thường, vợ con khỏi thắc mắc, hôm nào ông chồng về nhà sớm mới là chuyện không bình thường, trước sau gì cũng có lời qua tiếng lại vì giận cá chém thớt. Bởi vậy còn đâu những bữa ăn ấm cúng gia đình bên mâm cơm cá kho, rau luộc với bát canh chua.

Thằng bạn nối khổ với tôi cũng không thoát khỏi hoàn cảnh này. Nó bị bà xã nó càm ràm hoài về cái chuyện đi nhậu về trễ của nó. Tôi nghe hai vợ chồng bên nó đối đáp như sau:

Thằng bạn:

- Tôi hỏi em, lúc ngồi xe ôm, em ôm cái thằng lái xe, em có thấy thích không?

Phu nhân:

- Quỷ xứ! Sợ té xe nên tui ôm chớ thích thú gì mấy cái đó!

Nó liền phân trần:

- Đó em thấy chưa? Em cứ nói bia ôm này nọ, nhưng nó cũng như xe ôm thôi. Vào quán uống bia nhiều phải say, say thì phải ôm, phải dựa một cái gì đó cho khỏi té. Hoàn cảnh nó buộc phải vậy thôi, chớ có thích thú chi...

Ngày xưa, tôi đi ăn tiệc với các người lớn, tôi chỉ nhớ có bia 33, bia con cọp, hay là bia "hem" của Mỹ. Các quán nhậu thì chỉ có lai rai, người ta uống bia hết chai này thì kêu chai khác chớ không bao giờ kêu cả "két".

Ngày nay, bia bên nhà nhiều vô số, vô quán nhậu là được các cô chiêu đãi viên đưa đến cả "két" để dưới gầm bàn, uống chưa hết ly thì đã có người "đẹp" đến châm bia, bỏ nước đá cho đầy ly như là châm trà đá, uống hết két là có phục vụ đưa ra két mới khỏi cần kêu. Cuối bữa tiệc chỉ cần đếm chai trả tiền.

Quán nhậu mọc lên như nấm, đàn ông, thanh niên rảnh là ra quán uống bia, có lẽ họ mượn men bia cho quên chuyện tương lai mờ mịt.

Dịp tôi về, mấy thằng bạn còn ở lại bám trụ, đến đưa tôi đi "nhậu".

Thằng Hai dặn dò:

- Năm, tối nay nhớ bận đồ chỉnh tề, tao đưa đi nhậu với đám bạn cùng lớp nha. Tụi nó muốn gặp mày.

Tôi thắc mắc:

- Ăn mặc "chỉnh tề" là sao!

Hai cười:

- Mày đừng mang cái quần cụt Việt kiều là được.

Tôi vỡ lẽ:

- Mình đi uống bia thôi! không có "ôm" à nha!

Hai cười lớn:

- Mày đừng lo, đây là quán nhậu, bảo đảm không có "ôm".

Tối đó, tụi nó đúng hẹn, đến đón tôi đi nhậu.

Đến quán nhậu "Dê Tới Bến", ngay phía cửa ra vào quán, tôi thấy một đoàn "nữ tiếp viên" chân dài hùng hậu đứng ngay cửa đón khách, để ý, mới thấy các cô tiếp viên bận đồ đồng phục khác nhau, mỗi bộ đồ đều có hiệu bia đang bán chạy bên nhà, bia nào cũng có một đoàn "tiếp thị" riêng để làm "khuyến mãi" (quảng cáo) bia của mình. Cô nào, cô nấy chân dài với cái váy ngắn cũn cỡn, cái áo thun bó sát ngực và thêm đôi giày cao gót.

Ngồi vào bàn, mấy thằng bạn nối khố, ngày xưa mài đũng quần bên nhau, kêu liền mấy món đồ nhậu như là bắp rang muối cay, gà nướng than, mực nướng sả...

Không đợi tụi tôi chọn bia uống, các cô "tiếp viên" bia nhào vô mời uống bia của họ ào ào.

Tôi đang phân vân chưa biết đối đáp ra sao, thì thằng Hai nhảy vào cứu bồ.

- Bà chủ ơi, cho vài chai bia Sài Gòn.

Coi bộ khó dụ tụi tôi, các cô tiếp viên này bỏ đi nơi khác, đi qua mời đám khách khác mới vô quán.

Không đầy vài phút sau, bà chủ đi ra với các chai bia Sài Gòn đỏ.

Bà nói nhỏ nhẹ, ngọt như đường phèn:

- Các anh uống bia nội hóa nhé, rẻ, ngon, đầy hương vị quê hương.

Các cô gái tiếp viên, từ xa nhìn tụi tôi nói với:

- Bia tụi em "ngon", trẻ, đẹp, đầy nhựa sống như thế, tại sao các không uống mà lại đi uống bia của bà chủ, rẻ tiền và quê mùa, xấu xí và ít hương vị tình yêu...

Tôi lại lúng túng, chưa biết trả lời sao.

May sao, thằng Hai lại cứu bồ lần nữa, nó vừa nói vừa chỉ vào chai bia Sài Gòn đỏ rằng:

- Số Anh Iêu Gái Ở Nhà! (bia Sài Gòn)

Tui khoái trí, đúng rồi, tụi anh chỉ thích xài đồ nội hóa, ta về ta tắm ao tao, dù trong dù đục, ao nhà vẫn hơn.

Nhưng cuộc đoàn tụ nào mà không có biệt ly, cuộc vui nào cũng phải chấm dứt.

Rồi ngày chia tay lại đến, chia tay buồn nhiều hơn vui nên nước mắt lại chảy đầm đìa, lần này khóc vì nỗi buồn biệt ly.

Đứa về Sydney, đứa bay đến thung lũng vàng, nắng ấm California, đứa đáp xuống vùng trời cao ốc New York, đứa quay về khung trời mùa đông lạnh lẽo, mùa thu đầy mưa phùn bên trời Âu. Những đứa không bay, ở lại bám đất Mẹ, quê Cha.

Ngày chia tay, đứa nào cũng hứa với Má là cứ ít nhất là hai, ba năm là về thăm Má.

# Chương 13:
# Cá vàng và Long

Đến hẹn lại lên.

Mùa hè 2008, anh em chúng tôi rủ nhau về quê thăm mẹ, thăm quê hương bạn bè.

Tôi không bao giờ thích dùng từ đi du lịch Việt Nam, vì mình không thể nào gọi là đi du lịch nơi chôn nhau cắt rún, nơi sống và lớn lên, nơi mình ra đi và để lại biết bao kỷ niệm buồn vui. Mình chỉ được quyền về thăm lại quê hương mà thôi.

Về đến Nha Trang, tất cả có ba gia đình, anh Sáu, Tôi và chú Chín.

Anh em con cháu sum vầy, chơi rất vui. Cháu Long, con chú Chín, mặc dù đã lớn, nhưng lúc nào cũng thích ngồi xe đẩy, ai cũng la cháu lớn rồi sao còn thích nhõng nhẽo ngồi xe em bé.

Chú Chín thương con, phân trần:

- Không biết sao, dạo này cháu đi bộ một tý rồi kêu mệt. Nên em mới đem theo xe này để đẩy cháu đi chơi.

Tội nghiệp bà Nội, thương cháu, đi mua vài lạng yến đặc sản Nha Trang, nấu cháo yến cho cháu ăn mỗi sáng. Mới đầu, phải ép cháu ăn vì cháu không thích. Sau một hai lần thì cháu rất thích ăn yến. Mỗi lần ăn xong, cháu chạy nhảy vui chơi nên ai cũng vui lây, nhưng cứ đến chiều thì cháu lại ủ rũ ngồi xe, trông buồn lắm.

Ai cũng nói, để vấn an tinh thần vợ chồng chú Chín "chắc cũng không có chi đâu, về bên kia nhớ đưa cháu đi khám sức khỏe là được".

Cuối tháng bảy, gia đình chú Chín trở về Bruxellles trước. Tôi vẫn còn ở lại Nha Trang chơi.

Quái lạ, chú Chín về được cả tuần rồi mà không thấy chú điện thoại về báo cho bà Nội biết là về đến nơi bình an. Linh tính cho tôi biết phải có điều chi không ổn nên chú chưa có phone. Tôi điện thoại về Bruxelles hỏi thăm tin tức thì biết cháu bị bệnh ung thư vào thời kỳ cấp 3, chưa có thuốc chữa. Hai vợ chồng xuống tinh thần, nên chưa muốn liên lạc với ai.

Mùa đông 2008, Tôi bị cơn bạo bệnh, nhờ ơn trên, qua được cơn thập tử nhất sanh. Lúc hồi phục, mỗi ngày phải vô bệnh viện làm check-up và tập thể dục sức khỏe. Cháu Long cũng nằm điều trị trong bệnh viện này.

Sau khi tập thể dục xong, là tôi xuống phòng bệnh nhi đồng thăm cháu. Coi như hai bác cháu gặp nhau hàng ngày. Tinh thần cháu rất vững và rất lạc quan vui vẻ, mặc dù cháu hiểu được phần nào căn bệnh của cháu. Có anh em nói, cháu gánh đi bớt gánh bệnh của bác, có người lại nói, bác gánh bớt gánh bệnh cho cháu. Chẳng biết ai gánh cho ai đây, điều hạnh phúc là bác và cháu vẫn còn đây.

Cuối đông 2008, đầu năm 2009, trời xứ Bỉ lạnh kinh khủng, mưa tuyết bão bùng, có những vùng xuống hơn 10°C âm. Các hồ đều đông đá, đường đóng đầy tuyết. Trong khi đó, bịnh tình cháu Long càng ngày càng trầm trọng. Các bác sĩ khuyên nên đưa cháu sang Amsterdam, Hòa Lan trị bịnh.

Giữa tháng giêng 2009, trời bỗng nhiên ấm áp hẳn lên. Cháu Long muốn đi biển Ostende hít thở khí trời trước khi đi Amsterdam trị bịnh, nên gia đình chú Chín thuê một căn phòng ở đối diện với Casino, ngồi trên lan can nhìn thẳng xuống hồ nước.

Mặc dù trời ấm, nhưng vẫn còn khoảng 2 hay 3°C, các mặt hồ còn đóng băng, chưa tan hết. Người ta khoét một cái lỗ để cho cá có không khí hít thở và để cá có chỗ trồi lên chơi trên mặt nước. Không hiểu vì sao, những con cá vàng nó thích tụ lại ở dưới những tảng nước đá lạnh lẽo.

Sau hai ngày trời nắng, thì tuyết và nước đá đã tan khá nhiều, có chỗ đã tan hết, cũng như mấy hôm trước, bốn người trong gia đình ngồi ăn sáng ngắm nhìn xuống hồ nước. Bỗng dưng ở trên trời có một con chim trắng, to lớn bằng cỡ con chim bồ câu, sà từ trên không và chúi xuống hồ nước để mổ và vồ lấy mấy con cá vàng.

Sau khi bay lên chúi xuống hai ba lần thì con chim đã đả thương được một con cá con, to bằng 2, 3 ngón tay, trong lúc đó, cả đám cá vàng còn lại lo sợ bơi lặn sâu vào núp dưới các tảng nước đá để tránh nanh vuốt con chim cứ bay lên lượn xuống săn bắt cá con. Con cá vàng con bị

209

thương, thì chịu chết, nằm lừng lờ trên mặt nước, phó mặc cho số phận, coi như chết cái chắc khi con chim sà xuống lần tới.

Từ phía sâu trong đáy hồ, núp dưới tảng nước đá, có một con cá vàng khá lớn, to bằng bắp chân, có lẽ là cha, mẹ hay anh em của con cá bị thương, nó bơi lặn chạy lại cứu con cá vàng con, nó búng lên lặn xuống, một mình thế cô, cố tạt nước một cách hùng dũng, tấn công con chim để cứu con em mình.

Nhưng kẻ dưới nước không có vũ khí tự vệ, kẻ trên trời với đầy vuốt nhọn, mỏ sắc và hai cánh vũ bão, cuộc chiến mất quân bình, con cá lớn yếu thế; Sau một lúc giằng co thì con chim đã kẹp được con cá con trong mỏ và bay lên ra khỏi hồ nước, con cá, có lẽ là Mẹ hay Cha, chỉ biết nhìn theo, chắc lòng đau như cắt vì thấy mất con mà không làm gì được hơn.

Sau khi vừa bay ra khỏi hồ nước, thì có lẽ con cá con còn chưa chết, nên giẩy giụa giành lại sự sống, nó tuột khỏi cái mỏ con chim và rớt xuống lại trên con đường nhựa kế bên cạnh hồ nước; Không biết vì sao, con chim bay lên sà xuống vài lần nhưng ruốt cuộc nó lại bỏ miếng mồi vừa mới bắt được.

Sau khi chứng kiến được cái cảnh chim vồ mồi, tình mẫu (phụ) tử và sự hy sinh của con cá mẹ (cha) để bảo vệ con mà lòng mình cảm thấy buồn buồn cho con cá xấu số.

Thế mới biết, loài vật cũng có tánh linh thương con, thương em như loài người.

Đến xế trưa, khoảng 12 giờ, bốn cha con đi xuống dạo biển, lúc đi ngang qua hồ nước, Hoàng Long cứ đòi đi coi con cá bị rớt hồi sáng xem nó chết chưa. Trời lúc đó rất lạnh, gió biển thổi rất mạnh và sợ con bị mệt thêm khi còn bệnh, thêm nữa em tôi nghĩ là con cá đã chết từ lâu rồi, không chết vì vết thương chim mổ, thì cũng chết vì vết thương rơi từ trên không xuống, hoặc chết vì lạnh, cho nên chú Chín khuyên con đừng đi coi làm gì cho mất thì giờ. Thằng bé rất ngoan, nghe lời không đòi đi xem con cá vàng chết nữa.

Sau khi ăn cơm trưa xong, nghỉ mệt một hồi, khoảng xế 2, 3 giờ chiều, bốn cha con lại đi hít không khí biển lần chót trước khi về lại Bruxelles, lần này khi đi ngang qua hồ nước, Hoàng Long lại cứ đòi đi coi con cá bị rớt hồi sáng cho bằng được. Thôi thì cũng phải chiều con, hai cha con băng qua đường tới chỗ con cá bị rớt, thấy con cá nằm chết cứng đơ, nhưng Hoàng Long có lòng nhân từ, nó muốn Ba lượm con cá bỏ lại vô hồ nước cho nó về chết với gia đình nó.

Thấy con nói cũng có lý, và lòng cũng muốn chiều con thêm lần nữa. Chú Chín móc túi, lấy cái khăn giấy để nắm lấy cái đuôi con cá, khi vừa chạm vào cái đuôi, hình như có một luồng điện thiêng liêng nào đó truyền vào con cá làm nó giật nảy lên làm em tôi cũng giật mình theo, thật không ngờ con cá vẫn còn sống!

Vừa ngạc nhiên và mừng vui, chú Chín vội mở lấy miếng khăn giấy ra, bốc lấy con cá và thả nó vào hồ nước lại, không ngờ nó bơi rất khoẻ, trông như không bị thương gì hết, trong lúc đó Hoàng Long cười hi hi rất khoái chí, và la to "con đã cứu được con cá, con đã cứu được con cá", chưa bao giờ thấy nó vui như vậy. Thấy con nó vui mà lòng mình còn thấy vui và mừng hơn nó nữa vì vừa cứu được con cá trong gang tấc tử thần.

Sau những phút ngạc nhiên, nhìn con cá vàng con ngúng nguẩy bơi về với gia đình, con cá Mẹ vui mừng bơi ra nghênh đón con về từ cõi chết.

Chú Chín không thể hiểu, điều gì để con cá vàng con còn sống, con cá con bị chim mổ đả thương, thoát từ mỏ chim và rơi từ trên không trung xuống đường, nằm phơi xương gió lạnh hơn 4 giờ mà vẫn còn sống. Thật là hi hữu.

Có lẽ may hơn hết, là không có cái xe nào đi ngang cán lên nó. Thêm một điều nữa, là cháu Long đã tin tưởng tuyệt đối là con cá còn sống, nếu cháu không có niềm tin đó, thì có lẽ chú Chín sẽ không tò mò lại xem con cá còn sống không, thì con cá vàng con coi như là chết lạnh khô trên đường.

Giờ này ngồi đây viết kể lại câu chuyện hi hữu này, không biết con cá mang ơn người hay chính người đã phải mang ơn nó vì nó đã cho chú Chín những giây phút thiêng liêng và bài học về niềm tin để đối phó với tử thần đến hơi thở cuối cùng.

*Hoa Đỗ Quyên – Xuân 2014*

# Chương 14:
# An bình đất khách

Xuân, Hạ, Thu rồi lại Đông...

Vào những ngày cuối năm tuyết rơi đầy đường. Đi vào trong công viên thì chỉ thấy một màu trắng xóa. Mùa này, bên trời Âu là mùa Giáng Sinh, cũng là mùa nghỉ lễ Tết Tây. Ai có tiền thì đi chơi xa, đi chơi trượt tuyết. Ai sợ lạnh thì trốn chạy về Á Châu hay bay về vùng biển Địa Trung Hải để tìm một ít nắng mùa đông.

Mùa đông năm đó, tôi bị bệnh khá nặng, nhờ ơn trời, phúc đức ông bà để lại, nên qua khỏi cơn thập tử nhất sanh. Tôi lấy hết ngày nghỉ, nằm nhà chơi với các con. Đi thăm bạn bè anh em đó đây, sống từng giây từng phút, tận hưởng phúc đức ông bà cho ta còn sống đây.

Cuối tuần thì đưa các con ra công viên gần nhà chơi tuyết. Kiếm những cái dốc đồi cao, ngồi trên cái xe trượt tuyết rồi để trượt xuống thật là vui. Có lúc ham vui, trượt nhanh, tung vào những mô tuyết cao, té lộn đầu, đau thật là đau, các con đứng quay phim Ba té, cười khúc khích khoái trí, trong khi đó Má tụi nó, hoảng sợ, vừa la vừa chạy lẹt xẹt hai chân trên tuyết đến lo đỡ Ba nó lên vì sợ chàng chấn thương sau cơn bạo bệnh. Nàng quá lo, la các con tưng bừng cấm các con không được dụ Ba chơi trượt tuyết nữa.

Đêm Giáng Sinh 24- 12, tuyết rơi thật là nhiều, đường xá lầy lội, ngập tuyết. Có lẽ lâu lắm rồi Bruxelles mới lại có một mùa Giáng Sinh đầy tuyết trắng trúng vào đêm Chúa sanh ra đời.

Hôm đó, tôi đến nhà bà chị chơi vào sáng sớm, tôi thấy nhà chị có con chó thuộc giống Berger, hơi nhỏ con so với các con Berger khác, đang đứng dưới cầu thang.

Tôi thắc mắc:

- Chị Đào, con chó này ở đâu ra vậy.

Chị mỉm cười giải thích:

- Hôm qua tui đi làm về, thấy con chó này lạc trong métro, hỏi không ai nhận hết.

Tôi hơi thắc mắc:

- Rồi sao nó về nhà chị?

Chị nói tiếp:

- Tui thấy nó rất tội nghiệp, nằm co ro trong métro, nó chạy lại tui, nó bám tui không rời. Tui ngồi chơi với nó, chờ đến tối mà cũng không thấy ai đến nhận nó.

Chị ngừng một lát rồi tiếp:

215

- Tui sợ nó chết lạnh, nên đem nó về cho nó ngủ qua đêm. Thôi chú đem về nuôi đi. Cho Bé, nó thích lắm đó.

Tôi quan sát con chó rồi nói:

- Có lẽ con chó này không phải là chó hoang, không phải chủ đem bỏ ra đường đâu. Có thể nó bị lạc chủ thôi.

Bà chị thì cứ qủa quyết là chủ con chó, không muốn nuôi nữa nên nhẫn tâm đem thả trong métro, ai muốn nuôi thì nuôi. Tui thấy tội nên mới đem về nhà.

Tôi quan sát kỹ con chó, thấy cũng thích thích. Hồi nhỏ, Ba tôi cũng cho tôi nuôi một con chó lông xù tên là Kiki

Tôi lại gần và chỉ mặt nó:

- Kiki đứng dưới cầu thang, cấm lên lầu, khi nào cho đi mới được đi.

Nói xong, tôi bỏ lên lầu, ra phòng khách ngồi uống cà-phê ăn sáng với bà chị, ngồi tán dóc chuyện trên trời dưới đất. Bà chị cứ năn nỉ mình đem con chó về nhà nuôi vì nhà mình có cái vườn, sân đất thật rộng, tha hồ cho chó chạy nhảy tung tăng.

Tôi la chị, tự nhiên đem con chó về nuôi rồi lại đi năn nỉ người này người nọ nuôi dùm là sao. Miệng la, nhưng lòng có lẽ xuôi theo, vì cũng muốn cho Bé một món quà Giáng Sinh, gây đầy ngạc nhiên cho Bé, vì đã rất lâu, Bé cứ xin nuôi một con chó.

Nhưng tôi lại ngại, vì biết đâu con này là chó hoang, khó dạy. Nên lòng chưa dứt khoát.

216

Sau buổi cơm trưa, tôi xuống lầu đi về, con chó làm tôi ngạc nhiên vô cùng, nó còn đứng đó, thế đứng như đang canh gác một cái gì đó. Nó đứng không nhúc nhích.

Tôi xuôi lòng:

- Ok. Tui đem chó này về nuôi, coi như quà Giáng Sinh cho Bé.

Chị vui mừng:

- Kiki lại lạy ra mắt Papa đi...

Con chó hình như hiểu ý người, vẫy vẫy cái đuôi mà cũng không nhúc nhích, đứng yên tại chỗ.

Tôi vui vẻ bảo nó:

- Kiki lại đây...

Con chó liền chạy vào lòng tôi. Tôi âu yếm nó, vuốt đầu nó nhưng không đem nó về nhà ngay.

Trong đầu cứ nghĩ cái câu ông bà để lại "chó đến nhà là sang, mèo đến nhà khó ba họ" nên cứ tủm tỉm cười không biết đúng hay sai.

Thế là tui nhận nuôi con Kiki.

Về nhà, kể lại chuyện Kiki cho vợ con nghe, Bé nghe xong là nhất định đòi đi lấy con Kiki đem về nhà liền.

Qua hôm sau, Mẹ con nó lên đưa Kiki về nhà.

Kiki về đến nhà, ngoan lắm.

Bé năn nỉ:

- Papa cho con thì con đặt tên nó, nó tên là Métro vì mình kiếm được nó trong métro.

Tôi thấy cái tên cũng hay hay nên đồng ý ngay.

Tôi vuốt đầu Métro:

- Métro phải ngoan, không được đái ỉa trong nhà. Không được lên phòng khách nếu không được phép. Métro phải ngủ ngoài bếp hay hành lang. Métro làm bậy là Papa đánh đòn đuổi Métro ra khỏi nhà nghe chưa.

Sợ nó không hiểu, tôi nói luôn tiếng Pháp với nó. Không biết sao Métro lại hiểu hết ý mình nói. Nó không bao giờ làm bậy trong nhà. Sáng sớm, tôi mở cửa cho nó chạy ra vườn, nó chạy đến cuối vườn làm vệ sinh ngoài đó. Có bữa tôi mở cửa, mà nó không muốn ra ngoài. Tôi la nó, sao Métro không đi vệ sinh đi, nghe tôi la, nó chạy ra vườn, rồi đứng sủa vài tiếng cho tôi nghe, như muốn nói là "Métro ra vườn đây, nhưng không có cần đi vệ sinh" sau đó chạy lại vô nhà. Sau này, tôi biết ý, hễ nó đi ra sủa ba tiếng là xin vô nhà liền vì không cần đi vệ sinh.

Buổi tối, tôi nói với nó "Métro không được lên lầu, không được leo lên ghế salon, Métro ngủ dưới cầu thang, coi nhà cho Ba Má".

Mình nói vậy thôi, vậy mà sáng nào ngủ dậy, xuống nhà là còn thấy Métro nằm ngủ ngay dưới cầu thang.

Bé, chiều chiều đi học về là hay dẫn Métro đi ra công viên dạo chơi, tôi sợ nó ra ngoài ham chạy nhảy, kéo Bé té, nên không dám cho Bé đi một mình.

Tôi căn dặn:

- Métro không được chạy, không được kéo chị Bé, Métro phải đi bên cạnh, coi chừng chị nghe chưa.

Ra đường Métro ngoan lắm, nó đi cạnh Bé một cách chậm rãi, đến ngã tư là biết ngừng, đứng lại, khi nào cho đi qua đường thì mới đi.

Ra đến công viên rừng Woluwe. Bé nói "Métro chạy đi chơi đi", Métro mừng lắm chạy nhảy tưng bừng. Khi nào có người lạ, là nó tự động chạy lại bên Bé nhe răng như là một cận vệ sẵn sàng cứu chúa.

Từ đó, tôi càng tin tưởng Métro, cho Bé dẫn Métro đi chơi một mình. Métro cho tôi niềm tin, nên không cột dây vào cổ nó nữa, cho nó đi bên cạnh tự nhiên.

Có một hôm, xuống phòng khách, tôi thấy có nhiều vết máu khô rỉ, dưới bếp cũng có một vài giọt máu. Không biết từ đâu ra, đang thắc mắc thì bà xã nói "Métro nó tới ngày tới tháng đó mà, để Em đi chùi, đừng la nó tội nghiệp ".

Tôi liếc Métro "sao Métro hư để cho Mẹ chùi vậy".

Nói cho có nói, vậy mà Métro nó hiểu, nó liền đứng dậy tự động đi liếm hết các giọt máu dơ khô đọng trên nền gạch.

Métro làm cho tôi hết ngạc nhiên này qua đến ngạc nhiên khác.

Tôi thấy nó quá khôn, quá thông minh.

Tôi nói "Bé ơi, con chó này thông minh quá , vậy thì không thể nào người ta bỏ nó được, không chừng nó là chó của các người ăn mày vô gia cư đó Bé ơi".

Bé và Nàng thì quả quyết con chó này chủ không muốn nuôi nữa, lại là lúc nghỉ mùa đông, họ ham đi chơi tuyết, không ai coi chó nên mới đem nó bỏ ra đường.

Đúng vậy, hội Bảo Vệ Súc Vật họ làm thống kê là người ta hay đem chó mèo ra đường bỏ vào mùa hè hay mùa đông vì họ đi chơi mà không ai trông coi súc vật dùm, đem đi gởi vô trung tâm súc vật nuôi giùm thì tốn tiền quá. Nên họ nhân cơ hội này là đem chó mèo ném ra đường.

Xuân, hạ, thu, đông...rồi lại xuân.

Khí trời ấm áp, hàng cây bắt đầu đâm chồi nảy lộc.

Tôi nói Nàng nên đem Métro ra y sĩ thú y chích ngừa, làm giấy tờ hợp lệ bảo hiểm phòng chuyện chó cắn người.

Nàng và Bé đưa Métro đi y sĩ thú y. Câu đầu tiên ông ta nói là con chó này thuộc giống chó hiếm là "Berger Malinois", một giống chó rất khôn ngoan, quân đội cảnh sát hay dùng nó trong các cuộc truy lùng chống tội phạm.

Ông ta đặt ống nghe, và làm scanner Métro, ông nói, con chó này có một cái puce điện tử nằm dưới làn da nó. Ông ta đọc được mã số con chó. Với mã số này ông nói là sẽ kiếm được thân nhân của nó.

Nàng căn dặn bác sĩ thú y:

- Nếu ông kiếm ra thân nhân nó, nếu người ta không muốn nuôi thì tôi nuôi, nếu họ muốn lấy lại, đây là địa chỉ của tôi.

Nàng và Bé về nhà buồn lắm, vì cứ sợ người ta đến xin đem con Métro về.

Một tháng trôi qua, chẳng có ai thèm đếm xỉa đến xin đem con Métro về. Nàng và Bé khoái lắm.

Bé càng ngày càng qúy mến MéTro, cứ chiều chiều đi học về là dẫn Métro đi dạo chơi công viên. Métro biết ý, đến giờ là ngồi sẵn ngay cửa đợi Bé về để được đi chơi.

Hôm đó, tôi lấy ngày nghỉ nằm nhà, hưởng nắng ấm đầu xuân, sáng đưa Métro ra công viên dạo chơi. Về nhà, khí hậu trong lành, mát mẻ. Tôi và Métro ra làm vườn, cắt cỏ, tỉa cây bonsai sửa soạn đón mùa xuân đến.

Métro đang chơi với tôi, rồi tự nhiên tung cửa đòi vào nhà, nó sủa dữ dội lắm, nhất định đòi vào nhà, tôi la nó, thì nó im một chút rồi lại tiếp tục sủa. Linh tính cho tôi biết có chuyện chi bên trong nhà nên chạy vào, nhìn qua cửa kiếng ngoài ngõ, thì có bóng dáng người, nhìn đồng hồ thì hơn 12 giờ trưa, nên nghĩ là có lẽ các con đi học về nên lật đật chạy ra mở cửa cho chúng nó, Métro chạy theo sau.

Cửa vừa hé mở, nó đã tung ra chồm lên hai người khách lạ đứng đó từ hồi nào. Họ ôm nhau, ôm chó, hun hít tưng bừng.

Nhìn kỹ, thì ra là hai ông bà già ăn mày vô gia cư, đầu tóc dài đến vai, rối rít, nhớp nhúa. Áo quần rách rưới, dơ dáy luộm thuộm. Hai người cầm hai bao rác, có lẽ trong hai bao đó là chứa tất cả gia tài còn lại của ông bà lão.

Tôi đứng ngẩn người ngạc nhiên chưa biết nói gì.

Hai ông bà lão ăn mày:

- Chào Ông, chúng tôi là chủ của chó này. Rồi họ nhe miệng cười thật dễ thương.

Tôi vừa nhìn họ, vừa nghe, vừa há hốc mồm, ông bà lão này chỉ còn đúng 1 cái răng cửa, tôi thấy được lúc họ nói cười.

221

Ông bà lão tiếp tục:

- Chúng tôi thành thật cảm ơn ông đã nuôi dưỡng con chó chúng tôi. Chúng tôi lạc nó trong métro.

Tôi hỏi:

- Ông bà có cái gì chứng minh được con chó này là của ông bà hay không.

Ông bà lão:

- Ông coi các bức hình này đây.

Vừa nói, họ vừa đưa cho tôi coi các bức hình chụp họ lúc còn có nhà, chụp chung với Métro.

Tôi thắc mắc:

- Làm sao ông bà biết nó ở đây mà lại kiếm.

Ông bà lão giải thích:

- Chúng tôi mất "Serba", chúng tôi buồn quá nên về nhà cũ, hy vọng "Serba" chạy về lại nhà cũ. Ngày về, vô tình chúng tôi gặp chủ nhà, họ cho biết có bác sĩ thú y điện thoại báo tin cho biết có kiếm được con chó "Serba", nếu muốn lấy lại thì đi đến địa chỉ này, nhưng họ lại không ghi đúng số nhà, tên đường chính xác, nên chúng tôi cứ đi lang thang khu Woluwe, hy vọng gặp được "Serba" đi chơi ngoài đường.

Có lẽ trời động lòng, trời xui đất khiến, họ chỉ đi ngang nhà tôi, mà con "Métro" đã ngửi được mùi chủ cũ, nên mới mừng sửa tưng bừng.

Sau này tôi mới biết đó là biệt tài của giống chó "Berger Malinois", một giống chó thuần túy của xứ Bỉ, nó có thể đánh mùi từ xa. Trong đội biệt kích truy lùng trùm khủng bố Bin Laden, giống chó này cũng được dùng để truy lùng và xác định Bin Laden ở đâu trong căn nhà ngoại ô, trong trường hợp Bin Laden lẩn trốn trong nhà.

Nhớ đến Bé và Nàng, thương con Métro như con, đã hứa cho Bé như món quà Giáng Sinh, không nỡ để con Métro này ra đi. Bằng mọi giá tôi phải mua con chó này.

Tôi van xin:

- Nếu ông bà không có sức nuôi nó, thì để tôi nuôi, các con và vợ tôi rất thích Métro. Nếu ông bà cần tiền, thì tôi mua lại con chó này. Ông bà muốn bao nhiêu thì cho tôi biết. Tôi có thể đưa cho ông bà 1000 Euro nếu ông bà muốn.

Tôi nghĩ với số tiền khá lớn này, ông bà lão ăn mày sẽ đồng ý ngay.

Nhưng không.

Ông bà lão lắc đầu:

- Ông đã coi hình, ngày xưa chúng tôi cũng có mái ấm gia đình, đây là căn cước chúng tôi. Chúng tôi cũng có công ăn chuyện làm, nhưng cuộc sống không có ý nghĩa gì nên chúng tôi đã quyết định bỏ tất cả, ra đi làm người vô gia cư, nay đây mai đó. Tiền bạc của cải, sự nghiệp, gia đình đã bỏ lại sau lưng. Chúng tôi chỉ còn con "Serba" này là theo chúng tôi như con, như bóng với hình. Xin ông làm ơn cho chúng tôi xin lại con "Serba", chúng tôi không có tiền chuộc lại con chó này, chúng tôi đội ơn ông, khi nào có tiền thì chúng tôi sẽ đưa cho ông.

Con "Métro" kiếm lại được cha mẹ, nên cứ đứng bên cha mẹ nó, không thèm chạy qua bên tôi nữa. Nó cứ âu yếm, vẫy đuôi đứng bên cạnh ông bà lão.

Nhìn Métro, nghe họ nói, nghĩ đến mình, nếu mình mất con rồi kiếm được con, mình có chịu bán con vì tiền không. Dĩ nhiên là không, thì tại sao mình lại ép người ta bán con cho mình.

Nghĩ vậy, tôi quyết định:

- Thôi được, ông bà cứ lấy con "Métro" về đi, đừng bận tâm đến chuyện trả công ơn tiền bạc với tôi. Ông bà chờ tôi một chút để tôi vô nhà lấy đồ cho Métro.

Tôi vào nhà lấy hết bánh, xương chơi, đồ ăn cho chó, đưa hết cho ông bà lão vô gia cư như là món quà cuối cùng cho Métro.

Lúc đó, có lẽ Métro cảm nhận được đây là giờ phút chia ly, từ biệt "ba nuôi", Métro có vẻ buồn, nó chạy qua tôi, đi đến bên chân, đi quanh chân tôi ba vòng như là tạ ơn tôi, sau đó nguẩy đuôi cho tôi vuốt đầu. Tôi vuốt đầu nó, mà lòng đau như cắt. Con Métro đứng yên, để tôi vuốt đầu, không muốn rời xa tôi nữa.

Tôi xoa đầu con:

- Thôi Métro, con về với cha mẹ con đi. Đi đi con. Đi đi con...

Métro dường như hiểu được, sủa ba tiếng rồi chạy qua ông bà lão ăn mày.

Ông bà cảm ơn tôi lần nữa, nhe răng cười, nụ cười chỉ có một cái răng cửa. Một hình ảnh không thể nào quên.

Tôi đứng nhìn theo hai ông bà lão và Métro đi dần xa đến tận ngã tư đường.

Trở vô nhà, lòng rất buồn.

Khoảng nửa tiếng sau, Bé đi học về không thấy Métro ngồi đợi như thường lệ trước cửa, linh tính cho Bé biết là Métro đã đi xa, Bé chạy đi kiếm khắp các phòng không thấy, Bé bật khóc nức nở.

Tôi khuyên con:

- Bé nghĩ sao, khi Ba Má lạc con, rồi kiếm được con, thì con về với Ba Má hay con ở lại nhà người ta. Con vật cũng vậy con à, nó cũng có tánh linh nên mình hãy để cho nó về với chủ cũ của nó.

Bé vẫn thút thít khóc.

Tôi an ủi:

- Mình mới nuôi có mấy tháng mà thương nó như vậy, con nghĩ sao khi ông bà lão vô gia cư này nuôi nó từ lúc nó mới sanh. Họ không còn chi cả ngoài con Métro, thì mình nỡ lòng nào giữ lại con Métro hỡi con.

Bé nức nở:

- Con hiểu, nhưng con buồn vì không nói được lời từ biệt với Métro một lời chót.

Bé khóc thầm cả tuần.

Chiều thứ tư mỗi tuần, Bé đi học có nửa buổi, nửa ngày còn lại Bé lang thang từ métro này qua métro khác, gặp người vô gia cư là Bé sáp lại coi có con Métro không.

Nàng thương con, thứ bảy, chủ nhật cũng theo con đi từ métro này qua métro nọ, tất cả métro trong trung tâm thành phố Bruxelles này đều được hai mẹ con thăm viếng hàng tuần.

Nhưng hình bóng ông bà lão ăn mày và con Métro cứ biệt tăm biệt tích, đất trời lồng lộng biết kiếm phương nào.

Trời cao đất rộng không nghe lời khẩn cầu của Bé, cho Bé được gặp lại Métro một lần nữa.

Tôi quyết định ra xuân sẽ mua cho Bé một con chó mới. Nhưng chưa biết lựa giống nào, lòng có vẻ thích "Berger Malinois" vì nó đã cho tôi nhiều kỷ niệm.

Xuân đi, hè lại đến, hè ở đây không có tiếng ve sầu, không có hoa phượng đỏ. Hè ở đây, ngày dài hơn đêm.

Mùa hè năm đó, Nàng nghe các bạn nói ở Hội Bảo Vệ Súc Vật chó mèo có rất nhiều chó "mồ côi" (không có chủ), vì chủ già không nuôi được, hoặc chủ bị bệnh, chủ đổi nhà,...lên đó mà xin về mà nuôi, trước mua vui, sau làm việc nghĩa, ban ơn cho một con chó nào đó được phước.

Nàng và Bé, hai mẹ con lên hội "SOS animal" coi chó. Bé có thấy có một con chó "Berger", Bé xin dẫn nó đi chơi một vòng, ra đường con chó này kéo Bé dữ dội, nó không biết nghe lệnh chủ, tôi chấm nó rớt, không lọt vào mắt đen của tôi. Tôi đưa con chó này lên trả lại cho Hội Súc Vật.

Lúc về, Bé thấy hai con chó con giống "Jack Russel", là giống chó săn của quý tộc Anh. Bé thích lắm, Bé xin được đưa hai con đi chơi, hai con tung tăng đi với Bé, và biết nghe lời Bé.

Tôi hoan hỷ:

226

- Trong hai con, Bé chỉ được chọn một con thôi, nuôi hai con cực lắm.

SOS Animal phân minh:

- Hai con này là mẹ con, nó được một người già nuôi nó, nhưng bây giờ bà ta bệnh, phải vào viện dưỡng lão, nên bà ta mới cho hội chúng tôi.

Bé nịnh:

- Con thương Ba nhất, cho con xin nuôi cả hai con nha Ba.

Nghe nói là hai con là mẹ con, thì lòng tôi không nỡ chia lìa mẹ và con.

Tôi tươi cười:

- Ừ, cho con cả hai. Con mất một con Métro, mà bây giờ con được hai con, sướng nha.

Chúng tôi tiến hành thủ tục nhận "con nuôi", ôi thôi, SOS Animal hỏi chúng tôi đủ điều, nào là nhà có vườn không, có đủ chỗ nuôi hai con không, chúng tôi có đánh đập súc vật không. Và họ cũng xin được đến nhà chúng tôi, kiểm chứng có đủ điều kiện nuôi chó không. Như là mình nhận "con nuôi" thiệt.

Họ nói mình cứ nuôi thử 1 tuần, 1 tháng nếu không hợp, không thích thì đem trả lại cho hội SOS Animal.

Về đến nhà, chuyện đầu tiên là tôi lấy cái roi tre, bắt hai con chó ngồi xuống, Tôi khẻ khẻ cái roi lên đít chúng để thị oai. Cấm chúng không được đái ỉa bậy trong nhà...

Kể từ ngày đó, hai đứa là thành viên chính thức trong gia đình nhỏ bé của tôi. Hai con chạy nhảy tung tăng trong vườn.

Bé lấy lại tên cũ của chúng là Shana và Toby. Hai đứa ngoan lắm, không làm bậy trong nhà, hai đứa rất quý mến Bé.

Thời gian dần trôi, Bé quên đi con Métro.

Hè qua, thu lại đến. Lá vàng bắt đầu rụng rơi.

Ngày kia, Nàng đi làm, ngồi trong xe lửa điện métro, Nàng để ý ở phía xa xa cuối toa xe, có con chó "Berger" nhỏ con, nàng thấy nó giống hao hao con Métro ngày xưa. nhưng Nàng nghĩ, con chó nào cũng giống nhau, mình khéo tưởng tượng thôi. Bỗng nhiên con chó này bỏ chủ tiến nhanh về phía đầu toa nơi Nàng ngồi, nó đứng trước mặt nàng và sủa gâu gâu nho nhỏ, mọi người chung quanh hơi hoảng sợ dang ra xa, Nàng nhìn kỹ con chó, không thể nào lộn được nữa, đây chính là con Métro.

Nàng reo lên:

- Có phải Métro đó không, Maman đây con, con có nhận ra Maman không?

Đúng là Métro, tánh linh Métro đã nhận ra "Mẹ nuôi" nó từ xa nên nó mới tiến về phía Nàng ngồi.

Métro hiểu là "ân nhân" đã nhận ra nó, và nghe "Mẹ nuôi" kêu, nó liền sà vào lòng Nàng ngồi, cho Nàng âu yếm, vuốt ve nó cho đỡ nhớ thương sau bao ngày xa cách. Métro thì cứ le lưỡi liếm liên tục bàn tay Mẹ nó.

Nàng mừng ơi là mừng, thật là hy hữu gặp lại được Métro trên đường đi làm.

Nàng ngước lên, thì thấy một cặp bô lão ăn mày vô gia cư, đầu tóc rối bù, nhớp nhúa, áo quần luộm thuộm, cầm hai bao rác đầy đồ bên trong.

Cặp bô lão vui vẻ:

- Chào bà, có lẽ bà là người nuôi con "Serba" này lúc nó đi lạc. Tôi có đến nhà, chúng tôi chỉ có gặp chồng bà thôi. Chúng tôi xin cảm ơn ông bà lần nữa.

Nói xong, hai ông bà già cười hiền hòa, nụ cười rất có duyên vì chỉ có một cái răng cửa còn sót lại.

Nhớ lại ngày tôi diễn tả hai người hai ông bà lão ăn xin, Nàng đoán chắc hai người này là chủ của Métro. Nàng gật đầu chào ông bà già. Chưa biết nói gì thì xe lửa đã đến trạm, Nàng phải xuống để đi làm nên từ biệt vội vã. Métro biết là lại ly biệt nên liếm tay Mẹ trước khi Mẹ chia tay nó.

Nàng từ biệt Metro lòng đầy luyến tiếc.

Về nhà, Nàng kể lại chuyện hy hữu gặp lại Métro buổi sáng đi làm mà lòng còn đầy tiếc nuối.

Tôi ngẫm nghĩ, Métro nó đến rồi đi như là một cái duyên. Mình bỏ công tìm kiếm nó thì không thấy. Không kiếm, thì nó lại đến với mình. Đúng là chúng tôi có duyên mà không có nợ với Métro.

Ngẫm nghĩ lại chuyện Métro với nhiều trí tưởng tượng hơn, tôi thấy như chuyện thần tiên thế kỷ 21 này. Hai ông bà lão ăn mày như là hai ông bà tiên hóa thân xuống trần dạo chơi, ham chơi để mất chó, nhờ chúng

229

tôi tận tình nuôi nấng con Serba, nên nhớ ơn mới xui khiến cho chúng tôi lại hai con chó Shana và Toby. Sau khi chúng tôi có được rồi, ông bà lại hiện ra cho Nàng gặp và cảm ơn Nàng đã nuôi nấng Métro như con...

Xa xa, sau vườn hoa, Shana và Toby đang chạy nhảy tung tăng với Bé và Nàng.

*Thời gian thấm thoát trôi nhanh.*

*Xuân, hạ, thu, đông... rồi lại xuân.*

Ba năm sau, cuối tháng năm, Toby bị bạo bệnh. Chúng tôi đưa Toby vào bệnh viện thú y chạy chữa thuốc men, Bác sĩ thú y không kiếm ra bệnh, chúng tôi đành đưa về nhà, tự lo liệu lấy Toby.

Cuối tháng sáu, hai đứa nhỏ thi cử có kết quả tốt. Cũng là mùa đá banh Giải Vô Địch Túc Cầu Thế Giới 2014. Hôm đó, đội Bỉ đá với đội Nga Sô, giành được cái vé đưa đội cầu vào vòng thứ 3.

Trong cái không khí vui mừng Vương Quốc Bỉ đó, tôi lại đón nhận một tin buồn, con chó Toby của tôi đang sắp sửa lìa cõi trần. Tôi lặng lẽ bỏ cuộc vui chạy vội về nhà đưa Toby đi vô bệnh viện cấp cứu thú y.

Nhưng quá trễ...

Ngày xưa, người ta nói: đồ chó chết, ám chỉ những hạng người chẳng ra gì, như là con chó chết bên đường, chẳng ai thèm ngó.

Với tôi thì khác, con Toby ra đi, để lại nhiều nhớ thương nuối tiếc trong gia đình, chúng tôi tiễn Toby với nghi lễ Phật giáo, cầu nguyện cho Toby được tái sanh trở lại kiếp người...

Trong lúc tôi đào cái huyệt, Bé đứng cạnh thút thít khóc không ngừng...

Bé nức nở nói:

- Toby nó biết là nó sẽ đi, nhưng nó ráng để cho chúng con yên tâm học bài thi cử xong rồi nó mới đi đó Ba.

Ngẫm nghĩ Bé nói cũng không sai, nếu Toby đi sớm, không biết hai đứa con mình thi cử ra sao.

Càng nghĩ càng thương Toby hơn. Nó đến rồi ra đi nhẹ nhàng.

Thời gian sau này, Tôi dành nhiều thời gian để chăm sóc bonsai. Mỗi cuối tuần, tự tay chăm sóc, uốn, tỉa cây; Tôi thấy tâm hồn thư thái, tốt cho tinh thần và sức khỏe sau những ngày làm việc căng thẳng. Chơi bonsai mà nóng nảy, cắt tỉa quá nhanh là phá thế cây, bởi vậy nó còn giúp tôi tự rèn luyện thêm đức tính kiên nhẫn và trầm tĩnh.

Ngồi một mình trong phòng khách, ngắm những cây kiểng hoa Đỗ Quyên vừa tỉa buổi sáng, ngẫm nghĩ chuyện con chó Toby, thấy đời vô thường...

Cảm ơn đời đã cho tôi thêm niềm vui mới.

*Toby và hoa Đỗ Quyên – Xuân 2014*

# Chương 15:
# Tạm kết, 35 năm xa xứ

D òng đời lặng lẽ trôi, lúc suông sẻ, lúc gặp nước cuốn xoáy tròn, lúc gặp ghềnh cao ngăn cản, lúc hụt hẫng rơi xuống thác vùi sâu trong lòng nước, nhưng dòng đời vẫn tiếp tục trôi qua vùn vụt, không gì có thể ngăn cản được...

Thấm thoát mới đó mà đã hơn 35 năm nơi xứ người. Tôi đã bỏ lại quê hương tuổi mộng mơ, tuổi đá buồn, tuổi nào nhìn lá vàng rơi, nhiều hơn hết là bỏ lại quê hương tuổi học trò.

Ngày nay, anh em chúng tôi ai cũng đã có gia đình, cùng với một sự nghiệp nho nhỏ.

Riêng Tôi, đi làm nhân viên điện toán cho một ngân hàng lớn; Có được người vợ hiền, cho tôi hai đứa con, một trai, một gái. Hai đứa con đều đang học đại học, thằng lớn học toán, muốn làm thầy dạy học, con bé thì học ngành y, thích làm thầy thuốc trị bệnh. Nhà cửa, công ăn chuyện làm ổn định, cuộc sống bình yên trên xứ người.

Má và đứa em gái vẫn còn sống bên nhà, Má tôi nhất định không đi theo diện đoàn tụ gia đình. Má muốn ở lại lo mồ mả nhang đèn cho ông bà, cho Ba, cho Ngoại và cho chị Năm. Nhân ngày sinh nhật 85, anh Phù Sa tặng Má 2 câu đối:

*Bách niên trụ, vũ phong nan đáo,*
*Ân đức lưu, hà thuỷ vĩnh lai.*

Tôi hiểu nôm na là:

*Trăm năm vẫn đứng, mưa gió không vào được.*
*Ân đức để lại, như nước sông còn mãi.*

Má vẫn còn ở trong căn nhà từ đường, căn nhà bây giờ là điểm hẹn cho các con cháu quay về quê cha đất tổ, nơi chôn nhau cắt rún.

Các cháu lớn, đến dịp hè hoặc Tết là hẹn nhau về nhà bà Nội, bà Ngoại, rồi chúng gặp nhau, hơi ngỡ ngàng lúc đầu, nhưng dòng máu gia đình cháy bừng trong tim gan chúng, chúng gặp nhau mừng mừng tủi tủi, trong bữa cơm gia đình, đứa nói tiếng Anh, đứa nói tiếng Pháp, đứa nói tiếng Việt loạn xạ thật là vui.

Gặp nhau vui mừng cũng khóc, mà khóc trong sung sướng.

Nhìn lại nửa quãng đời nửa thế kỷ đã qua, nhờ ơn Trời Phật, phước đức ông bà để lại, tôi đến được bến bờ tự do và có được ngày hôm nay.

Ước mong các con không quên nguồn gốc tổ tiên của chúng là người Việt Nam kiêu hùng.

Tôi xin đốt nén hương cho những người kém may mắn hơn đã bỏ mình trên biển cả, rừng sâu nước độc trên đường tìm tự do, trong đó có anh chị Năm thương yêu, có Lâm, người bạn, người anh cùng tuổi, cùng mài đũng quần tuổi thơ, cũng là 'sư phụ' các đòn vật và tuyệt chiêu sát thủ.

Tôi cảm ơn thế giới tự do đã cho đại gia đình chúng tôi nói riêng, cho người vượt biển tìm tự do nói chung, một cuộc sống ổn định, thanh bình, hạnh phúc.

*Grand merci la France, pour vos bras ouverts*
*Thanks Australia, for your open hearts*
*Thank you Canada, for the liberty*
*Thanks America, for your open arms*
*We thank the world, for its true freedom*
*We thank the world, we thank the world*
**(Bước Chân Việt Nam - Sáng tác Trầm Tử Thiêng- Nhạc Trúc Hồ)**

Đặc biệt, cảm ơn Vương Quốc Bỉ đã cho tôi đời sống ngày hôm nay.

Tôi cảm thấy rất an bình và nhận nơi này là quê hương thứ hai. Hy vọng các con tôi sau này, sẽ ăn học thành tài và trả được cái ơn cho quê hương xứ lạnh mà tình nồng này.

Dòng Đời vẫn trôi... vẫn ấp ủ trong tim giai điệu mượt mà 'Tôi yêu tiếng nước tôi, từ khi mới ra đời. Tôi yêu đất nước tôi, nằm phơi phới bên bờ biển xanh' (Tình ca - Phạm Duy)

Dòng Đời vẫn trôi... vẫn canh cánh trong lòng trong tâm thức khát khao ngày về dù đã đi gần bốn thập niên.

Dòng Đời vẫn trôi... vẫn tiếp tục trôi ra đại dương mênh mông, nơi bên kia sóng nước có quê hương nghìn trùng xa cách, có Mẹ Việt Nam bừng khúc hoan ca:

*Việt Nam đây miền xinh tươi.*
*Việt Nam đem vào sông núi*
*Tự Do, Công Bình, Bác Ái muôn đời ...*
**(Việt Nam, Việt Nam - Phạm Duy)**

Luxembourg , cuối Hạ 2014.

*Kuala Lumpur – 1979*

*From: Thy An*

*rất chân thật, 'lời văn viết như nói' nhưng thể hiện tấm lòng thành của một người dân Việt và quan trọng hơn hết của một người con trong gia đình........*

\* \* \* \* \* \* \* \* \* \* \* \* \* \* \* \* \* \* \* \* \* \* \* \* \*

*From: Trang Milpiltas*

*Hồi ký của Vinh viết thật là có giá trị, hay và cảm động quá..Trang chưa bao giờ đọc một chuyện hay như vậy... vừa đọc Trang vừa khóc quá trời vì cảm động quá.*

\* \* \* \* \* \* \* \* \* \* \* \* \* \* \* \* \* \* \* \* \* \* \* \* \*

*From: 6Hoa Bruxelles*

*6Hoa đang đọc dở đang câu chuyện "Dòng Đời", nhiều lần xếp lại vì những cảm súc tự nhiên không giữ được nước mắt. Thật nhẹ nhàng 6Vinh đã kể lại chuyện nhà một cách không che đậy, nhất là những đoạn viết về người cha thân yêu và những gì xoay chung quanh người. Lối văn mộc mạc nhưng rất xúc tich...*

\* \* \* \* \* \* \* \* \* \* \* \* \* \* \* \* \* \* \* \* \* \* \* \* \*

*From: Thay NS Cali*

*Nguyen Vinh ơi, Thầy đọc bài này rồi. Nguyen Vinh viết hay đó. Có tình có nghĩa có đạo tâm của người con Phật có hiếu thảo đối với cha ông. Nguyen Vinh viết thêm di. Thầy ủng hộ tinh thần.*

*Cảm ơn con đã quan tâm đến những sự kiện lịch sử của nước nhà, chùa viện, đạo pháp........*

\* \* \* \* \* \* \* \* \* \* \* \* \* \* \* \* \* \* \* \* \* \* \* \* \*

*From: 6Do*

*... Quá hay*

*nhiều đoạn không cầm được nước mắt và cũng có những chuyện đọc lại làm anh cười ngặt chuyện đâm con cá... chuyện 5 chiếc nhẫn...*

\* \* \* \* \* \* \* \* \* \* \* \* \* \* \* \* \* \* \* \* \* \* \* \* \* \* \* \* \*

*From: Anh2 New York*
*Anh đã nghe nhiều lần, nhưng đọc lại những dòng chữ của chú Vinh vẫn thấy rất cảm động.*

\* \* \* \* \* \* \* \* \* \* \* \* \* \* \* \* \* \* \* \* \* \* \* \* \* \* \* \* \*

*From: Katina San Jose*

*Anh Vinh viết văn rất hay. không ngờ Anh Vinh là cây Viết của gia đình Nguyen Hoang. Chúc Anh Vinh và giu đình vui khỏe. Bye*

\* \* \* \* \* \* \* \* \* \* \* \* \* \* \* \* \* \* \* \* \* \* \* \* \* \* \* \* \*

*From: Jenny Cali*

*Hôm này mới được đọc những giòng chữ của anh, thật là hay và cảm động*

*From: Titou Singapour*
*Merci tonton pour ce superbe cadeau!*

*Je sais lire un peu en vietnamien mais ca me prendra un peu plus de temps que de le lire en francais ou en anglais...*

*si un jour j"ai l"occasion, je le traduirai en anglais pour les autres cousins*

\* \* \* \* \* \* \* \* \* \* \* \* \* \* \* \* \* \* \* \* \* \* \* \* \* \* \* \* \*

*From: Glory KL*

*Your story of Vietnam refugee and war has inspired me (and I told to my children too) and will inspire a lot more.*

✳ ✳ ✳ ✳ ✳ ✳ ✳ ✳ ✳ ✳ ✳ ✳ ✳ ✳ ✳ ✳ ✳ ✳ ✳ ✳ ✳ ✳ ✳ ✳ ✳ ✳

*From: Old Lion*

*...*

*I'm sure all the boat people from Vietnam would be able to relate to your story.*

✳ ✳ ✳ ✳ ✳ ✳ ✳ ✳ ✳ ✳ ✳ ✳ ✳ ✳ ✳ ✳ ✳ ✳ ✳ ✳ ✳ ✳ ✳ ✳ ✳ ✳

*From: Tuan Cao*

*Câu chuyện của Vinh phải viết thành sách và truyền cho tất cả mọi người được hân hạnh được đọc đến. It's a masterpiece of humanity. Thank you a million for your time and effort to write these moving stories. Tuyệt tác!*

*From: Mua Hoang Cali*

*Ông bà mình bảo văn là người, người là văn, thì quá đúng với ông em rể của tụi tui. Truyện viết với những chi tiết rất thật mà cũng rất tình cảm đi vào lòng người. Những hình ảnh thật đẹp về tình vợ chồng thắm thiết của ba mẹ Vinh, về những bà mẹ VN hy sinh tất cả cho gia đình như nội, ngoại, mẹ...và nhất là cái nhân sinh quan trong sáng thấm nhuần triết lý Phật giáo họ truyền lại cho con cháu vẫn làm chị xúc động..., chị cũng đồng thời hơi... mắc cỡ, thế hệ phụ nữ của chị có cơ hội học hành cao hơn, đời sống vật chất đầy đủ hơn... nhưng cách dạy dỗ nuôi nấng con cái thì thua rất xa những thế hệ mẹ, bà nội, bà ngoại mình. Cảm ơn em trai!*

240

*Hoa Đào – Xuân 2014*

Made in the USA
Charleston, SC
27 July 2015